सावित्रीबाई फुले पुणे विद्यापीठ-तृतीय वर्ष कला शाखेच्या (T.Y.B.A.)
२०१५-१६च्या सुधारित अभ्यासक्रमानुसार लिहिलेले क्रमिक पुस्तक
तसेच महाराष्ट्रातील इतर सर्व विद्यापीठांना उपयुक्त.

राजकीय विचारप्रणाली

I0556352

Political Ideology

डॉ. नितीन बिरबल
डॉ. वैशाली पवार

डायमंड पब्लिकेशन्स

राजकीय विचारप्रणाली
डॉ. नितीन बिरमल, डॉ. वैशाली पवार

Rajkiya Vicharpranali
Dr. Niteen Birmal, Dr. Vaishali Pawar

प्रथम आवृत्ती : जून २०१५

ISBN : 978-81-8483-623-3

© डायमंड पब्लिकेशन्स

मुखपृष्ठ
शाम भालेकर

प्रकाशक
डायमंड पब्लिकेशन्स
२६४/३ शनिवार पेठ, ३०२ अनुग्रह अपार्टमेंट
ओंकारेश्वर मंदिराजवळ, पुणे–४११ ०३०
☎ ०२०–२४४५२३८७, २४४६६६४२
info@diamondbookspune.com

ऑनलाईन पुस्तक खरेदीसाठी भेट द्या
www.diamondbookspune.com

प्रमुख वितरक
डायमंड बुक डेपो
६६१ नारायण पेठ, अप्पा बळवंत चौक
पुणे–४११ ०३० ☎ ०२०–२४४८०६७७

मनोगत

टी.वाय.बी.ए. च्या राज्यशास्त्र विषयाच्या (जनरल पेपर-३ साठी) 'राजकीय विचारप्रणाली' हा नवीन अभ्यासक्रम २०१५ पासून आहे. राज्यशास्त्रातील 'राजकीय विचारप्रणाली' ही अभ्यासशाखा अत्यंत महत्त्वपूर्ण आहे. जगातील सर्वच बदलांचे मूळ विचारप्रणाली असते. विचारप्रणाली व्यक्तीच्या जीवनाला दिशा देते तसेच तिला कार्य करण्यासाठी प्रवृत्त करते. या विचारप्रणालीच्या महत्त्वामुळे हा अभ्यासक्रम राज्यशास्त्र अभ्यासमंडळाने सुरू केलेला दिसतो. राष्ट्रवाद, लोकशाही समाजवाद, फॅसिझम, फुले-आंबेडकरवाद, गांधीवाद, स्त्रीवाद या महत्त्वपूर्ण विचारप्रणालींचा समावेश अभ्यासक्रमामध्ये केला आहे. महाराष्ट्रातील सर्वच विद्यापीठांमध्ये 'राजकीय विचारप्रणाली' हा पेपर आहे, तसेच, स्पर्धा परीक्षांची तयारी करू इच्छिणाऱ्या विद्यार्थ्यांनादेखील राजकीय विचारप्रणाली हा भाग महत्त्वपूर्ण आहे. हे अभ्यास साहित्य आहे. हे अभ्यास साहित्य तयार करण्यासाठी सावित्री बाई फुले पुणे विद्यापीठाच्या दूर शिक्षण केंद्राने (१९८७) प्रसिद्ध अभ्यास साहित्य, प्रा. डॉ. भा.ल.भोळे, प्रा. डॉ. राजेंद्र व्होरा, प्रा.डॉ.सुहास पाळशीकर तसेच इतर लेखकांच्या साहित्याचा उपयोग केला आहे. हे अभ्यास साहित्य असल्याने त्यांनी मांडलेले मुद्दे पुस्तकात आले आहेत, त्याबद्दल त्यांचे आम्ही आभारी आहोत. प्रा.डॉ.प्रकाश पवार (प्राध्यापक, राज्यशास्त्र विभाग, शिवाजी विद्यापीठ, कोल्हापूर) यांनी मुद्दे सुचविले, उपयुक्त अशी चर्चा केली त्याबद्दल आम्ही त्यांचे आभारी आहोत. याशिवाय असे वेगळ्या पद्धतीचे अभ्यास साहित्य छापण्याची जबाबदारी डायमंड पब्लिकेशन्सचे श्री.दत्तात्रेय पाष्टे यांनी घेतली त्याबद्दल आम्ही त्यांचेही आभारी आहोत.

डॉ. नितिन बिरमल
डॉ.वैशाली पवार

लेखक–परिचय

• डॉ. नितीन बिरमल

डॉ. आंबेडकर कला व वाणिज्य महाविद्यालय (येरवडा), पुणे येथे राज्यशास्त्राचे प्राध्यापक म्हणून कार्यरत. गेली २० वर्षे महाराष्ट्राच्या राजकारणाविषयी विविध संशोधन प्रकल्पांशी संलग्न. निवडणूक अभ्यासांखेरीज 'महाराष्ट्राच्या राजकीय अर्थव्यवस्थेचा अभ्यास' हा त्यांच्या अभ्यासाचा एक महत्त्वाचा भाग आहे. त्यांनी महाराष्ट्र फाउंडेशनसाठी पुणे शहराच्या औद्योगिक विकासाचे विश्लेषण करणारा संशोधन प्रकल्प १९९९ मध्ये पूर्ण केला आहे. Economical and Political Weekly व समाज प्रबोधन पत्रिका यामध्ये संशोधनपर लेखन प्रसिद्ध झाले आहे.

• डॉ. वैशाली प्रकाश पवार

पुणे विद्यापीठातील 'राज्यशास्त्र व लोकप्रशासन विभाग' येथून पदव्युत्तर एम.ए.चे शिक्षण पूर्ण केले. 'पिंपरी–चिंचवड शहराचे राजकारण' हा विषय घेऊन एम.फिल. पदवी मिळवली. तसेच त्यानंतर 'पश्चिम महाराष्ट्रातील महापालिकांचे राजकारण' या विषयाचा सखोल अभ्यास करून पुणे विद्यापीठातर्फे पीएच.डी. ही पदवी प्राप्त केली.

अखिल भारतीय मराठा शिक्षण परिषदेचे श्री. शाहू मंदिर महाविद्यालय, पर्वती, पुणे येथे सध्या राज्यशास्त्र व लोकप्रशासन या विषयाच्या विभागप्रमुख म्हणून कार्यरत आहेत. महिलांचा सत्तासंघर्षाचा आलेख या पुस्तकाच्या लेखिका. 'महाराष्ट्राचे राजकारण : राजकीय प्रक्रियेचे स्थानिक संदर्भ' या संदर्भ पुस्तकात 'पश्चिम महाराष्ट्रातील महापालिकांचे राजकारण' या विषयावर लेख. 'वसा यशवंतरावांचा, वारसा शरदरावांचा' या पुस्तकात 'शहरी विकासाचे राजकारण' या विषयावर लेख. समाजप्रबोधन पत्रिका, पुरोगामी सत्यशोधक व परिवर्तनाचा वाटसरू या मासिकांमध्ये निवडणूकविषयक लेख प्रसिद्ध झाले आहेत.

महाराष्ट्र विधानसभा पातळीवरील महिला नेतृत्वाचा अभ्यास हा बीसीयुडी, पुणे विद्यापीठ यांच्या सहकार्याने मायनर संशोधन प्रकल्प पूर्ण केला आहे.

अनुक्रम

मनोगत

लेखक–परिचय

१ विचारप्रणाली

Ideology

अ) उदय, अर्थ, व्याख्या (Origin, Meaning, Definition)

ब) स्वरूप आणि व्याप्ती (Nature and Scope)

अ) उदय, अर्थ, व्याख्या (Origin, Meaning, Definition)

प्रस्तावना

विचारप्रणाली ही राज्यशास्त्रातील एक महत्त्वपूर्ण संकल्पना आहे. १९ व्या शतकामध्ये सर्वप्रथम विचारप्रणाली संकल्पना मांडली गेली. फ्रान्समध्ये विचारप्रणाली ही संकल्पना पहिल्यांदा वापरली गेली. आज जगातील राज्यव्यवस्थेचे वर्गीकरण विचारप्रणालीच्या आधारे केले जाते. तसेच जगातील प्रत्येक संघर्ष विचारप्रणालीच्या आधारे लढला जात आहे. एकूणच विचारप्रणाली ही संकल्पना अधुनिक काळामध्ये महत्त्वाची ठरत आहे. राजकीय व्यवस्थेच्या सभासदांना भूतकाळाचा अर्थ लावण्यास, वर्तमानाचे स्पष्टीकरण करण्यास आणि भविष्याचे चित्र रंगविण्यास विचारप्रणाली मदत करतो. आंशिक सिद्धान्त किंवा स्पष्टीकरण देण्यापासून ते सर्वकष व सर्वस्पर्शी तत्त्वज्ञानापर्यंत विचारप्रणालीची व्याप्ती कमी-जास्त असू शकते. गहन तात्त्विक प्रमेयापासून ते सर्वांना समजतील अशी तत्त्वे व घोषणा यांचा यामध्ये समावेश होतो. आग्रही तात्त्विक भूमिका घेणाऱ्या विचारवंतांपासून ते श्रद्धाळू अनुयायापर्यंत सर्व प्रकारचे समर्थक तिला लाभतात. विचारप्रणाली म्हणजे राजकीय विचारांचा पद्धतशीरपणे रचलेला आकृतिबंध असतो. त्यात एकमेकांशी तार्किक संमती असलेले सिद्धान्त असतात. विचारप्रणाली तात्त्विकदृष्ट्या स्वयंपूर्ण असते. सर्व प्रश्नांची उत्तरे तिला देता येतात. ती वास्तवाचे जसे वर्णन करते त्याप्रमाणे आदर्श रचनेचे चित्रही रंगविते. चांगले

व वाईट यातील फरक स्पष्ट करते. विचारप्रणाली वैश्विक, सर्वसमावेशक रूप धारण करण्याचा प्रयत्न करते. अंतिम उत्तरे आपल्याला सापडली आहेत असा तिच्या समर्थकांचा दावा असतो. लोकांना कार्यप्रवण करणे हा तिचा उद्देश असतो म्हणून राजकीय चळवळ संघटनेची तिला जोड लागते. त्याचप्रमाणे दिव्यवलयांकित नेता, पोथी, पवित्र ग्रंथ, जाहीरनामा कर्मकांड यांचीही मदत ती घेते. विचारप्रणालीचा विकास होतो. परंतु मूलभूत बदल होत नाही. विचारप्रणालीच्या नजरेतून सभोवतालच्या जगाचा अन्वयार्थ लावता येतो. इतरांच्या राजकीय कृतींचे मूल्यमापन करता येते. राजकीय अधिमान्यतेचा ती आधार बनू शकते. वेगवेगळ्या गटांना समान ध्येय व कार्यक्रम पुरवून ती त्यांना एकत्र बांधते. उदारमतवाद, समाजवाद, गांधीवाद ही विचारप्रणालीची काही उदाहरणे आहेत.(राज्यशास्त्र कोश : पान नं. २९६, २९७)

उदय किंवा उगम

१) फ्रान्समध्ये १९व्या शतकात सर्वप्रथम विचारप्रणाली ही संकल्पना वापरली गेली असली तरीसुद्धा तिचा उदय प्राचीन असलेला दिसतो. सुरुवातीला लोक टोळ्यांमध्ये राहत असत. त्यानंतर टोळी समाजाच्या जागी शहरे व बाजारपेठा उदयाला आल्या. याबदलामुळे संघटित लोकमत उदयाला आले. लोकांच्या श्रद्धांना पंथाचे स्वरूप प्राप्त झाले. या श्रद्धांना बळकटी देण्यासाठी मिथके उदयाला आली. गटागटांमध्ये स्पर्धा निर्माण झाली. स्पर्धेमधून संघर्ष निर्माण झाला. हा संघर्ष केवळ सत्तेसाठी, बळासाठी नव्हता तर त्याचा आधार विचारप्रणाली हा होता. या विचारप्रणाली ज्याप्रमाणे लोकांना मार्गदर्शन करीत होत्या त्याप्रमाणे कृती करण्यासाठी प्रेरणादेखील देत होत्या.

२) मध्ययुगामध्ये लोकांवरती धर्माचा प्रभाव होता. निर्माण झालेल्या समस्यांवरती उपाय लोक स्वत:हून शोधत नव्हते. धर्मगुरूंनी दिलेले उत्तर ते प्रमाण मानत असत व त्याप्रमाणे आचरण करीत असत प्रबोधन काळाचा उदय झाला व त्यातून धार्मिक प्रभाव कमी झाला यातच विचारप्रणालीच्या उदयाची बीजे आढळतात. प्रबोधन काळामध्ये लोक विचार करू लागले. निर्माण झालेल्या समस्येवरती स्वत:हून उपाय शोधू लागले त्यातच औद्योगिक क्रांतीचा उदय झाला. औद्योगिक क्रांतीमुळे शहरीकरण झाले; यातून अनेक नव्या समस्या निर्माण झाल्या. सामान्य लोकांच्या मनामध्ये असुरक्षिततेची भावना निर्माण झाली. अनेक विचार निर्माण झाले यातून वैचारिक गोंधळ निर्माण झाला. अनेक विचारवंतांनी या घडामोडींचे विश्लेषण करण्याचा प्रयत्न केला यातून अनेक विचारप्रणालींचा उदय झाला. लोकांना ज्या प्रश्नांची उत्तरे धर्म देऊ शकत नव्हता त्या प्रश्नांची उत्तरे विचारप्रणालीतून मिळू लागली. समाजधारणा,

सामाजिक ऐक्य, राजकीय सहभाग यादृष्टीने विचारप्रणाली महत्त्वाची ठरू लागली.

३) सामाजिक वास्तव गुंतागुंतीचे असते कामाच्या विभागणीमुळे व उत्पादनशक्तीच्या मर्यादांमुळे सामाजिक वास्तव अंतर्विरोधी बनते व मानवाच्या नियंत्रणाबाहेर जाते. आपल्या व्यवहारात मनुष्याला हे अंतर्विरोध सोडविता येत नाहीत, म्हणून तो ते जाणिवेच्या पातळीवर विचारप्रणालीच्या रूपात मांडतो. प्रत्यक्ष व्यवहारात, ज्या अंतरर्विरोधावर मात करता येत नाही, त्यांची मनामध्ये केलेली सोडवणूक म्हणजे 'विचारप्रणाली' होय. विचारप्रणाली म्हणजे व्यावहारिक दुर्बलतेचे जाणिवेच्या पातळीवरील रूप होय. प्रत्यक्ष व्यवहारामध्ये ज्यांच्यावर मात करता येत नाही अशा अंतर्विरोधांवर जाणिवेच्या पातळीवर मात करण्याचा प्रयत्न करताना, विचारप्रणाली ते अंतर्विरोध नाकारते आणि लपविते. एकूणच विचारप्रणालीचे मूळ मार्क्सच्या मते, मानवी उत्पादनव्यवहारात सापडते. हा व्यवहार मर्यादित असतो. तो अंतर्विरोधी संबंध व त्याचा परिणाम म्हणून त्याची विपर्यस्त मांडणी निर्माण करतो; म्हणजेच विचारप्रणालीचा उगम मानवी उत्पादन व्यवहाराच्या विशिष्ट स्वरूपामुळे होतो. या व्यवहारातूनच अंतर्विरोधी सामाजिक संबंध व विचारप्रणाली या दोहोंचा उदय होतो (राजेंद्र व्होरा, परामर्श, खंड-५, १९८४:२३, २४).

लोकांना निर्माण झालेल्या समस्या सोडविण्याची ताकद विचारप्रणालीमध्ये होती. दु:खमय वर्तमानातून बाहेर काढून सुखमय भविष्याचे स्वप्न विचारप्रणालीतून दाखविले गेल्याने सामान्य लोकांनी सहजपणे विचारप्रणालीचा स्वीकार केला. विचारप्रणालीमध्ये शास्त्रीयतेपेक्षा भावनिकतेला महत्त्व दिले गेले; एकूणच निर्माण झालेल्या समस्यांवरिल उपाय म्हणून विचारप्रणालीचा उदय झालेला दिसतो.

व्याख्या

१) मॅक आयव्हर यांच्या मते, ''उद्दिष्टांना जन्म देणाऱ्या राजकीय, आर्थिक व सामाजिक मूल्यांची आणि विचारांची पद्धती म्हणजे विचारप्रणाली होय. ती उद्दिष्टे राजकीय कार्यक्रमाचा केंद्रबिंदू असतात.''

२) राज्यशास्त्र कोषकारकांच्या मते,''आदर्श राजकीय व सामाजिक व्यवस्थेचे चित्र रंगवून तिचे समर्थन करणारी व ही व्यवस्था प्रत्यक्षात कशी आणता येईल याबद्दलची व्यूहरचना सांगणारी मूल्यव्यवस्था, राजकीय ध्येय, हेतू व उद्दिष्टे यांचा समुच्चय म्हणजे विचारप्रणाली होय.''

३) ट्रॅसी यांच्या मते, ''विचारांचे शास्त्र म्हणजे विचारप्रणाली होय.''

४) कार्ल फ्रेडरिक यांच्या मते,''एखादी राजकीय व्यवस्था कशी बदलायची, सुधारायची, टिकवायची याच्या व्यावहारिक साधनांशी संबंधित सुसंगत विचारसंहिता

म्हणजे विचारप्रणाली होय.''

५) डॅनिअल इंगरसोल यांच्या मते, ''वर्तमानस्थितीचे मूल्यमापन व भवितव्याबाबतची दूरदृष्टी यांचा समावेश ज्या विचारांमध्ये असतो त्यास विचारप्रणाली असे म्हटले जाते.''

अर्थ

१) विचारप्रणाली नेहमी राजकीय असते.

२) राजकीय ध्येय, हेतू, उद्दिष्टे विचारप्रणालीतून व्यक्त होतात.

३) राजकीय व्यवस्थेशी संबंधित विचारप्रणाली असते.

४) विचारांचे शास्त्र हा एक विचारप्रणालीचा अर्थ आहे.

५) विचारप्रणाली नेहमी राज्यकर्त्या वर्गाचे हितसंबंध जपते.

६) भूतकाळाबद्दलची माहिती, वर्तमान काळाचे विश्लेषण व भविष्यकाळाचा वेध विचारप्रणाली घेते.

७) पुराणमतवादाची शस्त्रे म्हणजे विचारप्रणाली होय.

८) विचारप्रणालीमध्ये सर्व समस्यांची उत्तरे मिळतात.

ब) विचारप्रणालीचे स्वरूप आणि व्याप्ती (Nature and Scope)

स्वरूप

१) प्रबळ वर्गाचे हितसंबंध जपते

समाजातील अंतर्विरोध जेव्हा विचारप्रणालीच्या स्वरूपामध्ये लपविले जातात तेव्हा प्रबळ वर्गाचे हितसंबंध जपले जातात; त्यामुळे प्रबळ वर्गाचे वर्चस्व टिकून राहण्यासाठी विचारप्रणालीची आवश्यकता असते. वर्गीय विभागणी झालेल्या समाजात लोकांकडून अधिमान्यता मिळवावी लागते. दृष्टिकोन, सामाजिक मूल्ये यास सर्वांची सहमती मिळवावी लागते. ऐक्य निर्माण करावे लागते; तसेच प्रबळ वर्गाच्या अस्तित्वाला धक्का पोहचणार नाही अशी व्यवस्था निर्माण करावी लागते. प्रबळ वर्गाच्या बाजूने झुकलेला मूल्यांचा संच समाजासाठी आवश्यक असतो. थोडक्यात, प्रबळ वर्गाला त्याची सत्ता कायम राखण्यासाठी विचारप्रणालीची गरज असते. वर्चस्व व गौणत्वाचे संबंध विचारप्रणाली लपवून ठेवून वर्गव्यवस्था कायम राखते. सामाजिक ऐक्य आहे असे विचारप्रणाली भासविते. वर्गीय रचनेस व समाजरचनेस विचारप्रणाली अधिमान्यता मिळवून देत आहे ती व्यवस्था चालू राहण्यासाठी विचारप्रणाली गरजेची ठरते. विचारप्रणाली प्रबळ वर्गाच्या हितसंबंधाची जपणूक करते व इतरांना प्रबळ वर्गाचे वर्चस्व स्वीकारण्यास भाग पाडते.

२) सामाजिक अंतर्विरोध लपविते

विचारप्रणाली समाजातील अंतर्विरोध लपविते. यासाठी वेगवेगळ्या मार्गांचा वापर करते. सर्वांना आपले हितसंबंध सारखे आहेत व प्रस्थापित समाजरचना आपले हित साधू शकते असे विचारप्रणाली भासविते; तसेच प्रस्थापित समाजरचना नैसर्गिक व मानवी स्वभावाशी जुळणारी आहे असे विचारप्रणाली सांगते त्यामुळे पर्यायांचा विचार केला जात नाही व समाजाचा पाया पक्का होतो.

३) जीवनाला आकार

विचारप्रणाली केवळ मूल्यांचा संच राहत नाही तर ती आर्थिक, सामाजिक, राजकीय व इतर व्यवहार व संस्था यांना आकार देते. मालक, मजूर, शासन, नागरिक, शिक्षक, विद्यार्थी, पालक, पाल्य यांचे परस्परसंबंध विचारप्रणाली ठरविते. सार्वजनिक चर्चेच्या भाषेला ती आकार देते, विचारप्रणाली लोकांच्या जीवनाचा एक भाग बनते. जीवनाचा मार्ग, जीवनवृत्ती बनते.

४) गाभा व बाह्यरूप

विचारप्रणाली बाह्यरूपाचे महत्त्व वाढविते व त्याला गाभ्यापासून दूर करते. विचारप्रणाली बाह्यरूपास फसवे, स्वतंत्र, स्वायत्त अस्तित्व देते. खोटे व भ्रामक जग निर्माण करते.

५) विचारप्रणाली लोकांना कृतीप्रवण बनविते.

६) विचारप्रणाली राजकीय असते.

७) विचारप्रणालीमुळे बदल घडून येतो.

८) आकर्षक घोषणा, प्रतीके, मिथके विचारप्रणालीत असतात.

९) चळवळींना विचारप्रणाली मार्गदर्शन करते.

व्याप्ती

विचारप्रणालीची व्याप्ती तीन भागांमध्ये विभागाली आहे. प्रथम भाग- विचारप्रणालीच्या साधनांच्या संदर्भातील आहे. दुसरा भाग-विचारप्रणालीचा अंत झाला या स्वरूपाचा आहे; तसेच विचारप्रणालीच्या व्याप्तीचा तिसरा मुद्दा विचारप्रणालीच्या योगदानावरून देखील ठरतो. ही व्याप्ती खालीलप्रमाणे आहे.

१) साधनांच्या संदर्भातील व्याप्ती

आकर्षक शब्दयोजना, मिथके व बोध, वैज्ञानिक मांडणी, सर्व प्रश्नांची सोपी उत्तरे ही विचारप्रणालीची साधने आहेत. विचारप्रणाली भाषा व प्रतीकांच्या माध्यामातून

लोकांपर्यंत पोहचते. जनतेला कार्य करण्यासाठी, प्रवृत्त करण्यासाठी विचारप्रणालीची मांडणी भावनिक, आकर्षक शब्दांत केली जाते. आकर्षक शब्दयोजना, घोषणा याचा साधन म्हणून विचारप्रणाली वापर करते. मिथके मानवाला काय करावे, काय करू नये तसेच जीवनविषयक दृष्टिकोन यासंबंधी मार्गदर्शन करीत असतात. विचारप्रणाली अस्तित्वात असलेली मिथके वापरते किंवा नवीन निर्माण करते; तसेच मिथके व्यक्तींना अचिकित्सकपणे मूल्याचा स्वीकार करण्यास भाग पाडते. विचारप्रणाली सत्य सांगत आहे, असा विश्वास मिथकांमधून निर्माण केला जातो. तसेच शास्त्रीय सत्य म्हणून विचारप्रणालीची मांडणी केली जाते. विचारप्रणाली काय आहे? यापेक्षा काय असावे? याची मांडणी शास्त्रीय भाषेमध्ये करते. विचारप्रणालीमध्ये सर्व प्रश्नांची उत्तरे मिळतात.

२) विचारप्रणालीचा अंत

विचारप्रणाली आज उपयुक्त राहिली नाही असा दावा करत विचारप्रणालीचा अंत झाला आहे, असे म्हटले गेले. २०व्या शतकात जे सामाजिक व राजकीय बदल झाले त्यामुळे विचारप्रणालीचे सर्व आधार नष्ट झाले आहेत; तसेच कल्याणकारी राज्यव्यवस्थेमुळे लोकांचे सर्व प्रश्न सुटले असून त्यांच्या सर्व गरजा पूर्ण झाल्या आहेत, स्वातंत्र्य, समता ही मूल्ये स्वीकारली गेली तसेच जगात आता कोणालाच विचारप्रणालीचे आकर्षण राहिलेले नाही, विचारप्रणालीमधील मतभेद कमी झाल्याने विचारप्रणालीचा अंत झाला आहे, असे म्हटले जाते. परंतु प्रत्यक्षात जगातले सर्व संघर्ष संपले आहेत असे मानणे चुकीचे आहे; एकूणच विचारप्रणालीचा अंत हा व्याप्तीचा एक भाग आहे.

३) विचारप्रणालीचे योगदान

जगातील कोणत्याही व्यवस्थेतील लोकांच्या राजकीय वर्तनाला विचारप्रणाली प्रभावित करीत असते. विचारप्रणालीसाठी व्यक्ती आपल्या सर्वस्वाचादेखील त्याग करण्यास तयार होते. विचारप्रणालीमुळे मानवाच्या जीवनाला आकार प्राप्त होतो. मानवाला विचारप्रणालीमुळे विवेकपूर्ण भूमिका घेता येते; तसेच संपूर्ण जगाचे योग्य आकलन विचारप्रणालीमुळेच होऊ शकते. विचारप्रणालीमुळे संघर्षाला वैचारिक अस्त्र उपलब्ध होतात. विचारप्रणालीमुळेच लोकशाही प्रक्रियेमध्ये लोकांचा राजकीय सहभाग वाढतो. विचारप्रणालीच्या आधारेच लोक अस्तित्वात असलेली व्यवस्था नाकारतात. राजकीय सामाजिकरण व प्रशिक्षण विचारप्रणालीमुळे घडून येते. आपली राजकीय भूमिका काय असावी? व आपण कोणत्या बाजूने उभे रहावे? हे व्यक्ती विचारप्रणालीच्या आधारे ठरविते. विचारप्रणालीतून स्वीकारलेल्या विचारांच्या आधारे अनेक पर्यायांमधून

योग्य पर्यायाची निवड करण्याची क्षमता व्यक्तीकडे प्रशिक्षणातून येते. विचारप्रणालीला महत्त्वाचे व्यावहारिक संदर्भ असतात. कोणत्याही एका प्रश्नावर व्यक्ती कोणती राजकीय भूमिका घेईल, हे तिच्या विचारप्रणालीवरून ठरत असते; तसेच पक्ष व संघटनेचे सभासदत्व देखील विचारप्रणालीच्या आधारे ठरत असते. विचारप्रणाली राजकीय सत्तेला अधिमान्यता मिळवून देते. लोक विचारप्रणालीवरील निष्ठेमुळेच स्वत:हून राजकीय आज्ञांचे पालन करतात; एकूणच विचारप्रणालीमुळे राजकीय व्यवस्थेला स्थैर्य प्राप्त होते. तसेच ती सामाजिक व्यवस्थेचा एक महत्त्वपूर्ण भाग देखील असते. राजकीय संस्थांना व राजकीय वर्तनाला विचारप्रणालीमुळे निश्चित स्वरूपाचा आकार प्राप्त होतो.

सारांश

विचारप्रणाली विचारांचे शास्त्र आहे. विचारप्रणाली राजकीय असते. विचारप्रणालीमुळेच व्यक्ती कृती करण्यास तयार होते. वर्तमानकाळाचे स्पष्टीकरण, भूतकाळाबद्दल विश्लेषण व भविष्य काळाबद्दल दिशा विचारप्रणालीमधून दाखविलेली असते. विचारप्रणाली आकर्षक शब्दयोजना, घोषणा, प्रतीके, मिथके या माध्यमातून लोकांपर्यंत पोहचते. विचारप्रणाली ही व्यापक संकल्पना असल्याने तिची व्याप्तीदेखील व्यापक बनलेली दिसते. विचारप्रणालीचा अंत, विचारप्रणालीची साधने, विचारप्रणालीचे योगदान हे मुद्दे तिची व्याप्ती वाढविताना दिसतात. अशा प्रकारे विचारप्रणालीचे स्वरूप व व्याप्ती स्पष्ट करता येते.

सराव प्रश्न :

१) विचारप्रणालीच्या उदयाची प्रक्रिया स्पष्ट करा. किंवा विचारप्रणालीचा उदय किंवा उगम सांगा.

२) विचारप्रणालीच्या व्याख्या सांगून अर्थ स्पष्ट करा.

३) विचारप्रणालीचे स्वरूप सांगा.

४) विचारप्रणालीची व्याप्ती स्पष्ट करा.

२ | राष्ट्रवाद
Nationalism

अ) अर्थ, व्याख्या, घटक (Meaning, Definitions and Elements)
ब) प्रागतिक व प्रतिगामी राष्ट्रवाद (Progressive and Reactionary)
क) आंतरराष्ट्रवाद (Internationalism)

अ) राष्ट्रवाद : अर्थ, व्याख्या, घटक (Meaning, Definitions and Elements)

राष्ट्रवाद ही आधुनिक विचारप्रणाली आहे. प्राचीन ग्रीसमध्ये राष्ट्रराज्य ही संकल्पना अस्तित्वात होती. आपण स्वतंत्र आहोत व त्याचबरोबर इतरांपेक्षा वेगळे आहोत ही जाणीव प्राचीन ग्रीक नगरराज्यांमध्ये होती. मात्र, या जाणिवेला 'राष्ट्रवाद' म्हणता येत नाही. व्यक्ती-हित व राष्ट्राचे हित वेगवेगळे असत नाही, असा विचार आधुनिक काळामध्ये मांडला गेला. राष्ट्रवाद ही एक मनाची अवस्था किंवा भावना आहे; त्यामुळे त्यांचा संबंध मानसशास्त्रीय आहे. राष्ट्रप्रेम, राष्ट्रनिष्ठा, राष्ट्रवादी त्याग, आत्मसमर्पण या भावनांचा त्यामध्ये समावेश आहे. आत्मीयतेच्या जाणिवेची ती एक कृती आहे. आधुनिक काळामध्ये केवळ राष्ट्रप्रेम असा राष्ट्रवादाचा मर्यादित अर्थ घेतला जात नाही; तर ती एक विचारप्रणाली आहे, असे म्हटले जाते. जगातील कोणतीही विचारप्रणाली विशिष्ट काळ व परिस्थितीचे अपत्य असते. राष्ट्रवाद ही विचारप्रणालीदेखील विशिष्ट काळ व परिस्थितीचे अपत्य आहे, असे म्हणता येते.

१) राष्ट्रवाद संकल्पनेचा उदय किंवा उगम व अर्थ

पाश्चिमात्य देशांमधील प्रबोधनापासून राष्ट्रवाद या विचारप्रणालीचा उदय झाला. व्यक्ती व राष्ट्र यांच्या परस्परांशी संबंधित असलेल्या हितसंबंधांचा विचार प्रबोधन

काळात होऊ लागला. राष्ट्रवाद प्रबोधनकाळात स्पष्टपणे मांडला गेला नव्हता. फ्रेंच राज्यक्रांतीपूर्वी राष्ट्रवादी विचारांना, तत्त्वज्ञानाला निश्चित अर्थ प्राप्त झालेला नव्हता. फ्रेंच राज्यक्रांतीने राष्ट्रवादाच्या उदयाला योग्य परिस्थिती निर्माण केली. व्यक्तीच्या इच्छा–अपेक्षा; राष्ट्राच्या इच्छा–अपेक्षांशी एकरूप करण्याचे महत्त्वपूर्ण कार्य फ्रेंच राज्यक्रांतीने केले. स्वातंत्र्य, समता, बंधुता, न्याय या मूल्यांच्या रक्षणासाठी राष्ट्र असते. या मूल्यांच्या प्रस्थापनेसाठी राजकीय सत्ता जनतेच्या हातामध्ये असली पाहिजे, ती अनियंत्रित राजेशाहीच्या हाती असता कामा नये; म्हणूनच राष्ट्रवादाला फ्रेंच राज्यक्रांतीचे अपत्य असे म्हटले जाते.

राष्ट्रप्रेम, राष्ट्रनिष्ठा व राष्ट्रवाद

राष्ट्रप्रेम, राष्ट्रनिष्ठा या भावनांना बरेचदा 'राष्ट्रवाद' असे म्हटले जाते; त्यामुळे तो प्राचीन काळापासून अस्तित्वात आहे, असे म्हटले जाते. परंतु राष्ट्रप्रेम, राष्ट्रनिष्ठा यांपासून राष्ट्रवाद भिन्न आहे. राष्ट्रप्रेम, राष्ट्रनिष्ठा ही एक भावना आहे व प्रसंगानुसार ती व्यक्त होत असते. त्यामागे निश्चित विचार असत नाही; परंतु राष्ट्रवादामध्ये निश्चित असा सामाजिक, आर्थिक, राजकीय विचार असतो. राष्ट्रप्रेम व राष्ट्रनिष्ठेमध्ये राष्ट्राबद्दल अभिमान असतो. त्यासाठी त्याग करण्याची तयारी असते, परंतु तत्त्वज्ञान नसते. राष्ट्रवाद ही एक नैसर्गिक भावना आहे असे मानले गेल्याने राष्ट्रप्रेम व राष्ट्रनिष्ठेला 'राष्ट्रवाद' म्हटले जाते. राष्ट्रावरचे प्रेम म्हणजे मातृभूमीबद्दलचे प्रेम असते. माझा देश, माझी भाषा, माझी संस्कृती याबद्दलचा अभिमान स्वाभाविकपणे जोपासला जातो. राष्ट्रवाद ही विचारप्रणाली स्वाभाविक किंवा नैसर्गिक नसते. त्यामागची प्रेरणा मात्र नैसर्गिक असते; एवढेच म्हणता येते.

राष्ट्रवाद हा शब्द Nationalism या इंग्रजी शब्दाचे मराठी भाषांतर आहे. Nation याचा लॅटिन भाषेतील अर्थ जन्म किंवा वंश असा होतो; म्हणजेच राष्ट्रवाद हा जन्म किंवा वंशाशी संबंधित आहे, असे म्हटले जाते.

२) व्याख्या

राष्ट्रवाद या विचारप्रणालीची व्याख्या करणे अवघड आहे. सर्वसाधारणपणे राष्ट्रवाद म्हणजे राष्ट्रीय चैतन्य व आकांक्षा होय. राष्ट्रवाद म्हणजे राष्ट्रहित किंवा राष्ट्राच्या प्रगतीचा विचार होय. पारतंत्र्यात असलेल्या समाजाला स्वतंत्र होण्याची व स्वतंत्र असलेल्या समाजाला स्वातंत्र्याचे रक्षण करण्याची प्रेरणा राष्ट्रवादामधून मिळते.

१) राष्ट्रवाद म्हणजे, 'जुलमी सत्तेविरुद्ध स्वतःचे हक्क मिळविण्यासाठी आणि परकीय आक्रमणापासून आपल्या स्वातंत्र्याचे रक्षण करण्यासाठी एखाद्या विशिष्ट भूप्रदेशातील समाजाला संघटित करणारी शक्ती होय.'

२) आलफ्रेड डी गाझिया यांच्या मते, 'स्वदेशाविषयी प्रेम व परकीयांविषयी जागरूकता निर्माण करणारी भावना म्हणजे राष्ट्रवाद होय.'

३) राज्यशास्त्र कोशकारांच्या मते, 'राष्ट्रामध्ये स्वतंत्र राज्यसंस्था स्थापन व्हावी, राष्ट्राचे संघटन सार्वभौम राज्यसंस्थेत व्हावे असा आग्रह धरणारी राष्ट्रीयत्वाची जाणीव राजकीय कृतीद्वारे व्यक्त करणारी विचारप्रणाली म्हणजे राष्ट्रवाद होय.'

३) राष्ट्रवादाचा विकास

राष्ट्रवाद ही एक आधुनिक विचारप्रणाली असली तरी तिचा विकास काळानुसार होत गेलेला दिसतो. सोळाव्या शतकामध्ये युरोपमध्ये जी प्रबोधनाची परंपरा उदयाला आली त्यामधून राष्ट्रवादी विचारांना चालना मिळाली. मध्ययुगातील सरंजामदारांवरील निष्ठेचे रूपांतर प्रबोधनकाळात राजावरील निष्ठेत झाले व नंतर त्याचे रूपांतर राष्ट्रावरील निष्ठेत झाले. धर्मसंस्था श्रेष्ठ की राज्यसंस्था श्रेष्ठ? यामध्ये राज्यसंस्था श्रेष्ठ मानली गेली. यातूनच राष्ट्रराज्य कल्पना आकाराला येवू लागली. सतराव्या व अठराव्या शतकामध्ये युरोपमध्ये धर्मापेक्षा राष्ट्र व धर्मगुरूपेक्षा राजा श्रेष्ठ मानला गेल्याने राष्ट्रराज्याचा विकास काही प्रमाणात झाला. याच कालखंडामध्ये अनियंत्रित, जुलमी राजेशाहीला विरोध केला गेला. इंग्लंड व फ्रान्समध्ये अनियंत्रित राजेशाहीच्या विरोधात सामान्य लोकांनी लढा दिला. यातून लोकशाही व राष्ट्रवाद या विचारांना चालना मिळाली. इंग्लंडमधील रक्तहीन क्रांती (१६८८) व फ्रेंच राज्यक्रांती (१७८९) यामुळे राष्ट्रवादी विचारांचा प्रसार संपूर्ण युरोपमध्ये झाला.

फ्रेंच राज्यक्रांतीमुळे राष्ट्रवादाची निर्मिती झाली. स्वातंत्र्य, समता, न्याय व बंधुता या नव्या राजकीय विचारांचा उदय झाला. अमेरिकन स्वातंत्र्ययुद्धामुळेही राष्ट्रवादी विचारांचा प्रसार झाला. जी राष्ट्रे पारतंत्र्यामध्ये होती ती स्वंतत्र होण्यासाठी व स्वतंत्र देशातील नागरिक आपल्या हक्कांसाठी संघटित होऊ लागले तेव्हा राष्ट्रवादाचा विकास होऊ लागला. शिक्षणाचा प्रसार, हक्काबाबतची जाणीव व स्वातंत्र्याविषयीची जागरूकता या तीन घटकांमुळे राष्ट्रवादाचा विकास झालेला दिसतो.

एकूणच जगभरामध्ये धर्मसत्तेला आव्हान दिले गेले व त्यातून राजसत्ता महत्त्वाची किंवा श्रेष्ठ मानली गेली. त्यानंतर अनियंत्रित राजेशाहीला विरोध होऊन मर्यादित राजसत्तेचा उदय झाला; नंतर लोकशाहीचा उदय व तिचा विस्तार होऊन सामान्य जनतेकडे सत्ता आली. या पद्धतीने राष्ट्रवादाचा विकास झाला. राष्ट्रवादाच्या या विकासप्रक्रियेमध्ये राष्ट्रराज्याची चौकट टिकून राहिली. अधुनिक जगाचा मुख्य विचार म्हणून राष्ट्रवादाचा विकास झालेला दिसतो. अठराव्या शतकामध्ये उदयाला आलेला युरोपमधील राष्ट्रवादाचा विचार विसाव्या शतकामध्ये संपूर्ण जगभर विस्तारलेला दिसतो.

४) राष्ट्रवादाचे घटक

जे घटक राष्ट्रवादाच्या निर्मितीला जबाबदार असतात त्यांना राष्ट्रवादाचे घटक असे म्हटले जाते. एकाच समाजामध्ये राष्ट्रवादाचे सर्व घटक आढळतात असे नाही किंवा प्रत्येक घटकाचा प्रभावही सारखाच असतो असेही म्हणता येत नाही. कोणता घटक कोणत्या परिस्थितीमध्ये जास्त प्रभावी राहील हेही निश्चितपणे सांगता येत नाही. स्वदेशाबद्दल प्रेम, आपुलकी व परकीयांबद्दल परकेपणा राष्ट्रवादाच्या घटकांमुळे निर्माण होतो. राष्ट्रवादाच्या घटकांमुळे समाजामध्ये समानतेची, अत्मीयतेची व एकतेची भावना निर्माण होते; म्हणूनच राष्ट्रवादाचे घटक महत्त्वपूर्ण ठरतात.

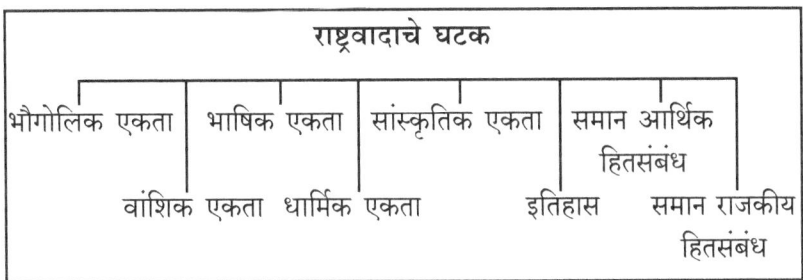

राष्ट्रवादाचे घटक

- भौगोलिक एकता
- वांशिक एकता
- भाषिक एकता
- धार्मिक एकता
- सांस्कृतिक एकता
- इतिहास
- समान आर्थिक हितसंबंध
- समान राजकीय हितसंबंध

१) भौगोलिक एकता

राष्ट्रवादाच्या निर्मितीमधील भौगोलिक एकता हा घटक महत्त्वपूर्ण आहे. समान भूप्रदेशामध्ये राहणाऱ्या लोकांमध्ये एकतेची भावना निर्माण होते. समान भूप्रदेशामुळे स्वदेशाबद्दलच्या प्रेमाची भावना निर्माण होते. भूप्रदेश व मानवी भावना यांचा अत्यंत जवळचा संबंध असतो. माझी मातृभूमी, माझा देश ही भावना भौगोलिक परिस्थितीशी एकरूप झाल्यामुळेच निर्माण होते.

भौगोलिक घटकांचा किंवा परिस्थितीचा मानवाच्या जीवनावर परिणाम होत असतो. शारीरिक व मानसिक या दोन पातळ्यांवर हा परिणाम दिसून येतो. प्रत्येक भूप्रदेशातील हवामान, नैसर्गिक साधनसंपत्ती यांचा प्रभाव त्या भूप्रदेशातील माणसांवर पडत असतो. वेगवेगळ्या राष्ट्रांच्या नागरिकांमध्ये रंग, वेगळेपण, चेहरेपट्टी इ. गोष्टी भौगोलिक परिस्थितीमुळे ठरत असतात.

विशिष्ट भूप्रदेशामध्ये वास्तव्य करणाऱ्या लोकांमध्ये एकात्मता किंवा एकतेची भावना पटकन निर्माण होते. प्रत्येक व्यक्तीला माझ्या देशातील नद्या, सरोवरे, पर्वत, वने याबद्दल प्रेम वाटते. यातूनच व्यक्ती राष्ट्र या भावनेशी एकरूप होते. आपल्या देशाच्या भूमीचे वर्णन मातृभूमी, जन्मभूमी असे केले जाते. प्रत्येक व्यक्तीला आपल्या मातृ-पितृ भूमीबद्दल आत्मीयता असते. मातृभूमी स्वर्गापेक्षा श्रेष्ठ आहे; तसेच मातृभूमीच्या

दर्शनासाठी प्राण तळमळतो किंवा मातृभूमीच्या रक्षणासाठी प्रसंगी आपल्या प्राणांची आहुती देण्यासाठी नागरिक तयार असतात. भारताचा अंतराळवीर राकेश शर्मा जेव्हा अंतराळात जाऊन आला त्या वेळी त्याला पंतप्रधानांनी विचारले की अंतराळातून तुला भारत कसा दिसला? त्या वेळी त्याने म्हटले की सारे जहाँ से अच्छा. मथितार्थ, यामधून आपल्या भूप्रदेशाबद्दलचे प्रेम व्यक्त होते व त्यामधून एकता निर्माण होते. मातृभूमीवरील प्रेम दर्शविणारी राष्ट्राची राष्ट्रगीते असलेली दिसतात. केवळ मातृभूमीवरील प्रेमामुळे राष्ट्रप्रेम निर्माण होते का? रेनॉन या अभ्यासकाच्या मते केवळ भूप्रदेश या घटकामुळे राष्ट्र निर्माण होत नाही; तर राष्ट्राचा मूलभूत आधार माणूस असतो. सलग भूप्रदेशामुळे राष्ट्रवाद निर्माण होत असला तरी सलग भूप्रदेश असतानादेखील फ्रान्स, जर्मनी या राष्ट्राचे विभाजन झालेले दिसते. तर सलग भूप्रदेश नसतानादेखील इंग्लंड, जपान ही राष्ट्रे निर्माण झालेली दिसतात. मथितार्थ असा की केवळ भौगोलिक एकता हा राष्ट्रवाद निर्मितीमधील एकमेव घटक आहे, असे म्हणता येत नाही; परंतु तो महत्त्वपूर्ण घटक आहे असे म्हणता येते.

२) वांशिक एकता

राष्ट्रवादनिर्मितीमध्ये वांशिक एकता हा घटकही महत्त्वाचा आहे. विशिष्ट समाजातील सर्व व्यक्तींना आपण एकाच वंशाचे आहोत असे वाटणे म्हणजे 'वांशिक एकता' होय. आपण एक आहोत ही भावना त्याच्यामध्ये निर्माण होते त्यामुळे समाजामध्ये ऐक्य घडून येते. वांशिक एकतेतून राष्ट्रवादाची भावना जोपासली जाते.

आधुनिक काळामध्ये वांशिक एकता हा घटक राष्ट्रवादनिर्मितीमध्ये फारसा महत्त्वपूर्ण राहिलेला नाही; कारण आज जगामध्ये कोणताही वंश शुद्ध स्वरूपामध्ये अस्तित्वात नाही. आधुनिक समाज हा वंशसंकरातून निर्माण झालेला आहे. आज वंशाच्या आधारे निर्माण झालेल्या राष्ट्रांची संख्या कमी आहे. याउलट, अनेक वंश एकत्र असणारी राष्ट्रे संख्येने जास्त असलेली दिसतात. अनेक वंशांचे लोक एकाच राष्ट्रामध्ये एकत्र शांततेने जीवन जगताना आढळतात, असे असले तरीसुद्धा वंशाविषयीचा अभिमान मात्र आजही टिकून असलेला दिसतो. प्रत्येकाला आपण शुद्ध व श्रेष्ठ वंशाचे आहोत असे वाटते. वंशाभिमानामुळे राष्ट्रीयत्वाची भावना निर्माण होते. समान वंश असणाऱ्या लोकांना आपले स्वतंत्र राष्ट्र असले पाहिजे असे वाटते. याचाच अर्थ वांशिक एकता राष्ट्रवाद निर्माण करते; तर वांशिक भिन्नता संघर्ष निर्माण करते. उदा. सायप्रसमधील ग्रीक व तुर्कीचा संघर्ष, अमेरिकेतील काळा-गोरा वाद, भारतातील आर्य व द्रवीड वंशीय यांच्यामधील वाद. वांशिक वादामधून राष्ट्राचे विघटनदेखील होऊ शकते. थोडक्यात, वांशिक एकता राष्ट्रवादनिर्मितीमधील एक महत्त्वपूर्ण घटक

आहे. परंतु तो एकमेव घटक आहे, असे म्हणता येत नाही.

३) भाषिक एकता

राष्ट्रवादनिर्मितीमधील भाषिक एकता हा घटक महत्त्वाचा आहे. भाषा हे विचार व भावना व्यक्त करण्याचे महत्त्वपूर्ण साधन आहे. राष्ट्रवादाची भावना भाषेच्या माध्यमातून व्यक्त करता येते. समान भाषा बोलणाऱ्या लोकांमध्ये भावनिक ऐक्य घडून येते. इंग्लंडमध्ये इंग्रजी, फ्रान्समध्ये फ्रेंच, स्पेनमध्ये स्पॅनिश, तसेच पोर्तुगालमध्ये पोर्तुगीज या भाषेच्या आधारे राष्ट्र निर्माण झाले. भाषा हा राष्ट्रनिर्मितीचा महत्त्वपूर्ण घटक आहे. भाषा हा संस्कृतीचा मुख्य आधार असल्याने भाषिक ऐक्य घडून येते व त्यामधून राष्ट्रवाद निर्माण होतो. भाषा हा राष्ट्रनिर्मितीचा मुख्य घटक असल्याबरोबरच तो राष्ट्रवादाचा आत्मा आहे. समान भाषा बोलणाऱ्या लोकांमध्ये आत्मीयता, ऐक्य निर्माण होऊन राष्ट्र व राष्ट्रवादाची निर्मिती होत असली; तरी जगामध्ये अनेक भाषा बोलणारे लोक एकाच राष्ट्रामध्ये राहत असतात. रशिया, भारत, स्वित्झर्लंड ही बहुभाषिक राष्ट्रे आहेत. स्वत:च्या भाषेचा अभिमान व परभाषेचा द्वेष यापेक्षा बहुभाषिकत्व हे आधुनिक राष्ट्रवादाला पोषक आहे. प्रत्येक भाषिक गटांना आवश्यक तेवढी स्वायत्तता दिली तरच हे शक्य आहे अन्यथा नाही. समान भाषा असतानादेखील पाकिस्तानमधून बांगलादेशाची निर्मिती झालेली दिसते. थोडक्यात, राष्ट्रवादनिर्मितीमधील भाषा हा घटक अत्यंत महत्त्वपूर्ण असला तरी केवळ भाषा या घटकामुळेच राष्ट्रवादाची निर्मिती होते, असे म्हणता येत नाही.

४) धार्मिक एकता

राष्ट्रवादनिर्मितीमधील धर्म हा घटक महत्त्वपूर्ण आहे. समान धर्म असणाऱ्या लोकांमध्ये सहजपणे ऐक्याची भावना निर्माण होते. प्रत्येक व्यक्तीच्या जीवनामध्ये धर्माला महत्त्वाचे स्थान असते. आपल्या धर्माचे रक्षण करण्यासाठी व्यक्ती प्रसंगी आत्मबलिदान करण्यासाठी तयार असते. धर्मामुळे राष्ट्र सहजपणे संघटित होते. धर्माच्या रक्षणासाठी राष्ट्राराष्ट्रांमध्ये संघर्ष घडून आलेला दिसतो. आज जगामध्ये धर्मनिरपेक्षतेचा स्वीकार केला जात असल्याने धर्मनिरपेक्ष राष्ट्राची कल्पना स्वीकारली जात असली; तरीसुद्धा धर्माधिष्ठित राष्ट्रेदेखील अस्तित्वात असलेली दिसतात. सर्वसाधारणपणे पाश्चिमात्य राष्ट्रे धर्मनिरपेक्ष तर मुस्लीम राष्ट्रे धर्माधिष्ठित आहेत. अनेक धर्मांचे एक राष्ट्र जशी आहेत तशीच एकाच धर्माचे अनेक राष्ट्रेदेखील दिसतात. थोडक्यात समान धर्म असणाऱ्यांमध्ये ऐक्य, एकात्मता निर्माण होते; त्यातून राष्ट्रवादाची निर्मिती होते. परंतु केवळ धर्म हा राष्ट्रवाद निर्मितीमधील एकमेव घटक आहे, असे म्हणता येत नाही.

५) सांस्कृतिक एकता

राष्ट्रवादनिर्मितीमधील सांस्कृतिक एकता हा घटक महत्त्वाचा आहे. समान रूढी, प्रथा, परंपरा, चालीरिती, साहित्य, कला, वाङ्मय या सर्वांचा समावेश सांस्कृतिक घटकांमध्ये होतो. सांस्कृतिक घटकांमध्ये एकता निर्माण करण्याची विलक्षण शक्ती असते. सांस्कृतिक एकतेमधूनच राष्ट्रीय ऐक्य व एकात्मता घडून येते. राष्ट्रीय शिक्षण, राष्ट्रीय परंपरा, राष्ट्रीय साहित्य व राष्ट्रीय अचारविचार यामधून राष्ट्रीयत्व व्यक्त होते. राष्ट्राविषयीच्या अभिमानास राष्ट्रीय संस्कृतीविषयी वाटणारा अभिमान महत्त्वाचा असतो. साहित्यिकाच्या साहित्यातून राष्ट्रवादाची भावना निर्माण होते. साहित्य व कला यांचा प्रभाव लोकांवर पडतो. इंग्लंडमध्ये शेक्सपियर, मिल्टन, वर्डस्वर्थ यांच्या साहित्यामधून ब्रिटिश राष्ट्रवादाची निर्मिती झाली. भारतामध्येदेखील संत व संत साहित्याची संस्कृतीमध्ये महत्त्वाची भूमिका आहे. थोडक्यात, सांस्कृतिक वारसा सर्व भाषा, वंश, धर्माच्या लोकांना एकत्र करून नवीन समाज घडवू शकतो.

६) इतिहास

राष्ट्रवादनिर्मितीमधील इतिहास हा घटकदेखील महत्त्वपूर्ण आहे. भूतकाळात घडलेल्या घटनांचा समावेश इतिहासामध्ये असतो. ऐतिहासिक घटनांमुळे राष्ट्रप्रेम, राष्ट्रनिष्ठा निर्माण होण्यास मदत होते. इतिहास-पुरुषांचे पराक्रम, युद्ध, विजय, पराजय, देशप्रेम या सर्वांचा प्रत्यय इतिहासामधून येतो. इतिहासावरील प्रेम, अभिमानामधून राष्ट्रप्रेम व्यक्त होत असते. इतिहासामध्ये राष्ट्रपुरुषांनी केलेल्या पराक्रमामुळेदेखील राष्ट्रीय भावना वाढीस लागते. इतिहासामधून राष्ट्राने केलेला पराक्रम तसेच ऱ्हास या गोष्टी माहीत होतात. भूतकाळाबद्दलचा अभिमान, वर्तमानकाळाबद्दलची समज व भविष्यकाळाविषयीची आशा या गोष्टी इतिहासामधून व्यक्त होतात. इतिहास व राष्ट्रवाद यांचा संबंध स्पष्ट करताना जॉन स्टुअर्ट मिलने असे म्हटले आहे की, समान परंपरा, राष्ट्रीय इतिहास स्मरणे, विजय-पराजय, सुख-दुःख यांचे भूतकाळाशी नाते असते व हाच राष्ट्रवादाचा मुख्य घटक आहे. थोडक्यात, इतिहासामधून राष्ट्रीयत्वाची, ऐक्याची, आत्मीयतेची, स्वदेश प्रेमाची भावना निर्माण होते. इतिहास हा घटक राष्ट्रवादनिर्मितीमध्ये महत्त्वाचा आहे.

७) समान राजकीय हितसंबंध

राष्ट्रवादनिर्मितीमधील सर्वांत महत्त्वपूर्ण घटक म्हणजे समान राजकीय हितसंबंध हा होय. आपले स्वतःचे स्वतंत्र राष्ट्र असले पाहिजे हीच राजकीय आकांक्षा निर्माण झाल्याने पारतंत्र्यामध्ये असलेले लोकसमुदाय धर्म, जात, वंश, पंथ, भाषा, श्रीमंत-गरीब असे सर्व प्रकारचे मतभेद विसरून केवळ स्वातंत्र्य या समान राजकीय

आकांक्षेतून एक होतात; तर कधीकधी स्वकीय सत्ता जुलमी, अन्यायी बनते. अशा वेळीदेखील लोकसमुदाय सर्व प्रकारचे भेद विसरून जुलमी, अन्यायी स्वकीय सत्तेच्या विरोधात लढा देण्यासाठी एकत्रित कृती करतात. फ्रेंच राज्यक्रांती ही जुलमी, अनियंत्रित राजेशाहीच्या विरोधातील प्रतिक्रिया होती व तिने लोकशाहीची स्थापना केली. लोकशाही हे फ्रेंच लोकांचे समान राजकीय ध्येय होते. इंग्लंड, अमेरिका, भारत या देशांमध्येदेखील समान राजकीय आकांक्षेमधून राष्ट्रवादाची निर्मिती झालेली आहे. अमेरिकेमध्ये तेरा वसाहतींची पन्नास घटकराज्ये एकत्रपणे आहेत याचे कारण म्हणजे समान राजकीय आकांक्षा हे असलेले दिसते. अमेरिकेतील उदारमतवादी शासनव्यवस्था हे तेथील लोकांच्या समान राजकीय आकांक्षांचा परिणाम असल्याचे दिसते. भारतामध्येदेखील समान राजकीय आकांक्षा या घटकामुळेच भारतीय राष्ट्रवादाला निश्चित दिशा मिळाली आहे. समान राजकीय पद्धती, समान राजकीय आकांक्षा यातून राष्ट्रप्रेम, राष्ट्रीयत्वाची भावना वाढीस लागते. थोडक्यात, लोकांमध्ये समान राजकीय आकांक्षा नसतील तर राष्ट्रवादनिर्मितीमध्ये अडथळा निर्माण होतो. परंतु समान राजकीय आकांक्षायुक्त समाजामध्ये राष्ट्रवादाची भावना सहजपणे निर्माण होते व विविधता असलेल्या समूहांमध्ये ऐक्य घडून येते.

८) समान आर्थिक हितसंबंध

राष्ट्रवादनिर्मितीमधील समान आर्थिक हितसंबंध हा घटक महत्त्वपूर्ण आहे. आर्थिक हितसंबंधातील साम्यामुळे राष्ट्रवादाची भावना निर्माण होते. अमेरिका हे राष्ट्रच मूलत: समान आर्थिक हितसंबंध या भावनेतून निर्माण झालेले दिसते. समान आर्थिक हितसंबंधामधून विविधता असणाऱ्या समूहांमध्ये ऐक्य, एकात्मतेची भावना निर्माण होते; असे असले तरीसुद्धा आर्थिक हितसंबंध जर वेगळे झाले तर राष्ट्राचे विघटनदेखील होऊ शकते. एकूणच असे म्हणता येते की, आधुनिक काळामध्ये आर्थिक हितसंबंधाना महत्त्व दिले जात असल्याने हा घटक राष्ट्रवादनिर्मिती करू शकतो. समान आर्थिक हितसंबंध हा राष्ट्रवादाचा व्यावहारिक घटक आहे, असे म्हणता येईल.

सारांश

स्वदेशाविषयी प्रेम व परकीयांबद्दल परकेपणाची भावना राष्ट्रवादामधून व्यक्त होते. समान भूप्रदेश, वांशिक, धार्मिक, सांस्कृतिक एकता, समान राजकीय व आर्थिक हितसंबंध या घटकांमधून राष्ट्रवादाची भावना निर्माण होते. 'आपण एक आहोत' ही भावनाच यामध्ये महत्त्वाची असते. वरील घटकांमुळे ही भावना निर्माण होते. राष्ट्रवाद निर्मितीमध्ये वरील घटकांपैकी केवळ एकच घटक महत्त्वपूर्ण आहे,

असे म्हणता येत नाही. राष्ट्रवादाची निर्मिती होण्यामध्ये वरील सर्वच घटकांची भूमिका महत्त्वपूर्ण आहे. राष्ट्रवादाच्या या घटकांचा परस्परांशी संबंध असतो. कोणत्या परिस्थितीत कोणता घटक महत्त्वाचा ठरेल हे सांगता येत नाही. अशा प्रकारे राष्ट्रवादनिर्मितीचे घटक सांगता येतात.

ब) प्रागतिक व प्रतिगामी राष्ट्रवाद (Progressive and Reactionary)

स्वदेशाबद्दल प्रेम व परकीयांबद्दल परकेपणाची भावना राष्ट्रवादातून व्यक्त होते. राष्ट्रवाद ही एक भावना किंवा मनाची अवस्था असते, त्यामुळे राष्ट्रवादाचे स्वरूप सर्वत्र सारखे असत नाही; त्यामध्ये भिन्नता दिसून येते. राष्ट्रवादाची प्रेरणा स्वतंत्र, सारखी असूच शकत नाही. वेगवेगळ्या देशांमध्ये राष्ट्रवादाचे स्वरूप वेगवेगळे आढळते; तसेच एका विशिष्ट देशामध्येदेखील काळ, परिस्थितीनुसार राष्ट्रवादाच्या स्वरूपामध्ये बदल होतो. स्वतंत्र असणारे, पारतंत्र्यात असणारे, लोकशाहीचा स्वीकार केलेले, हुकूमशाहीवादी असणारे, विकसित, विकसनशील, अविकसित, धर्मनिरपेक्ष, धर्माधिष्ठित अशा वेगवेगळ्या देशांमध्येदेखील भिन्न भिन्न स्वरूपाचा राष्ट्रवाद दिसून येतो. परिस्थिती व विचार या दृष्टीने राष्ट्रवादाचे प्रकार पडतात. राष्ट्रवादाचा प्रकार ठरविताना परिस्थिती व विचार या दोन घटकांचा विचार केला जातो. स्वातंत्र्याची प्रेरणा हा आधार असलेला राष्ट्रवाद, उदारमतवादी, अल्पसंख्याकांचा, आक्रमक, प्रतिगामी व पुरोगामी असे राष्ट्रवादाचे विविध प्रकार पडतात. त्यांपैकी प्रतिगामी व पुरोगामी या राष्ट्रवादाच्या मुख्य प्रकारांची चर्चा आपण येथे करणार आहोत.

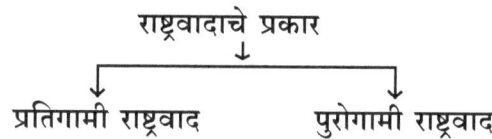

राष्ट्रवादाचे प्रकार

↓

प्रतिगामी राष्ट्रवाद | **पुरोगामी राष्ट्रवाद**

१) प्रतिगामी राष्ट्रवाद

प्रगती किंवा परिवर्तनाच्या विरुद्ध प्रतिक्रिया व्यक्त करणारा किंवा समाजातील बदलास विरोध करणारा विचार प्रतिगामी विचार असतो. प्रतिगामी राष्ट्रवाद प्रतिगामी विचारांचा स्वीकार करतो. स्वार्थी व आक्रमक धोरणांचा स्वीकार करणारा राष्ट्रवाद हा प्रतिगामी राष्ट्रवाद असतो. प्रतिगामी राष्ट्रवाद विधायक असण्यापेक्षा विघातकच जास्त असतो. हा राष्ट्रवाद आत्यंतिक राष्ट्रप्रेमाला महत्त्व देतो त्यामुळे सहजपणे दुसऱ्या राष्ट्रावर अन्याय केला जातो. प्रतिगामी राष्ट्रवाद हा आपल्या राष्ट्राच्या नागरिकांचा विकास झाला पाहिजे यावर भर देत नाही, तर तो केवळ भौगोलिक राष्ट्रावर प्रेम व निष्ठा ठेवतो. राष्ट्राचा भूप्रदेश, धर्म, वंश, भाषा, संस्कृती, इतिहास, नेतृत्व, गौरवशाली परंपरा यावर

हा राष्ट्रवाद भर देतो. वंश श्रेष्ठत्व, संस्कृती श्रेष्ठत्व या कल्पनांना या राष्ट्रवादामध्ये महत्त्व दिले जात असल्याने तो इतर राष्ट्रांशी याबाबत स्पर्धा करतो व आपणच श्रेष्ठ आहोत असा सतत दावा करतो. प्रतिगामी राष्ट्रवाद व्यक्तीपेक्षा राष्ट्राला महत्त्व देतो. व्यक्ती, व्यक्ती-विकास यांना या राष्ट्रवादामध्ये महत्त्व नसते. राष्ट्र-विकासातच व्यक्ती-विकास सामावलेला असतो यावर प्रतिगामी राष्ट्रवादाचा भर असतो. आक्रमक, वर्चस्ववादी, स्वातंत्र्य, समता व न्यायाच्या विरोधी; आंतराष्ट्रवादाच्या, शांततेच्या विरोधी असणारा राष्ट्रवाद हा प्रतिगामी राष्ट्रवाद असतो. हा राष्ट्रवाद युद्धाचा स्वीकार करतो. त्यामुळे तो शांतता, परस्पर सहकार्य यांच्या विरोधात असतो.

प्रतिगामी राष्ट्रवादाची वैशिष्ट्ये

१) स्वातंत्र्याच्या विरोधी : प्रतिगामी राष्ट्रवाद हा स्वातंत्र्याच्या विरोधी असतो. याचा अर्थ तो व्यक्तिस्वातंत्र्याच्या विरोधात असतो; तसेच तो व्यक्तिहित व व्यक्ती-विकासाच्या विरोधातदेखील असतो. व्यक्तिस्वातंत्र्यापेक्षा राष्ट्राच्या स्वातंत्र्यांना तो महत्त्व देतो. व्यक्तिहितापेक्षा राष्ट्रहित महत्त्वाचे मानतो. राष्ट्रहितासाठी व्यक्तिहिताचा, व्यक्तिस्वातंत्र्याचा बळी गेला तरी तो त्याला मान्य असतो. व्यक्ती राष्ट्रापुढे दुय्यम आहे. तिने केवळ राष्ट्राच्या आज्ञांचे पालन केले पाहिजे. त्याला विरोध करता कामा नये यातच तिचे हित आहे, असे राष्ट्रवाद मानतो.

२) समतेच्या विरोधी : प्रतिगामी राष्ट्रवादाचा समतेपेक्षा विषमतेवर भर असतो. निसर्गत: हा विषम असतो. काही व्यक्ती ह्या श्रेष्ठ म्हणून तर काही व्यक्ती कनिष्ठ म्हणून जन्माला आलेल्या असतात; त्यामुळे श्रेष्ठांनी कनिष्ठांवर नियंत्रण ठेवावे हा निसर्गाचा नियम आहे, असे हा राष्ट्रवाद मानतो. श्रेष्ठ-कनिष्ठता, गुलामगिरी, विषमता यांचा स्वीकार हा राष्ट्रवाद करत असल्याने तो समतेच्या विरोधामध्ये भूमिका घेतो.

३) आक्रमक : प्रतिगामी राष्ट्रवाद हा आक्रमक स्वरूपाचा असतो. दुसऱ्या राष्ट्रावर आक्रमण करणे हा आपला नैसर्गिक अधिकार आहे, असे त्यास वाटते. आपला वंश व संस्कृती जगामध्ये सर्वश्रेष्ठ आहे व सर्वांनी तिचा स्वीकार करावा असे हा राष्ट्रवाद मानतो. लष्करी शिस्त, सैन्य, शस्त्रास्त्रांमध्ये वाढ, युद्ध या सर्वांचा स्वीकार प्रतिगामी राष्ट्रवाद करतो.

४) सत्तेच्या केंद्रीकरणावर भर : प्रतिगामी राष्ट्रवाद सत्तेच्या विकेंद्रीकरणाला नकार देतो व सत्तेच्या केंद्रीकरणाचा स्वीकार करतो. एक नेतृत्वाचा स्वीकार करत असल्याने नेतृत्वाकडेच निर्णय घेण्याची सर्वोच्च सत्ता केंद्रित असली पाहिजे, यावर याचा भर असतो.

५) लोकशाही विरोधी : प्रतिगामी राष्ट्रवाद लोकशाहीला विरोध करत हुकूमशाहीचा, एकाधिकारशाहीचा स्वीकार करतो. लोकांचे राज्य, निर्णय घेण्याचा अधिकार लोकांना, मतस्वातंत्र्य, चर्चा, बहुमताने निर्णय या सर्वच लोकशाही मूल्यांच्या विरोधात प्रतिगामी राष्ट्रवाद भूमिका घेत असल्याने तो लोकशाहीच्या विरोधी ठरतो.

६) आंतरराष्ट्रवाद विरोधी : प्रतिगामी राष्ट्रवादामध्ये जाज्वल्य राष्ट्रवादाला महत्त्वाचे स्थान असते. राष्ट्र, राष्ट्रप्रेम, राष्ट्रभक्ती, राष्ट्रनिष्ठा, राष्ट्रासाठी त्याग यांना महत्त्व दिले जात असल्याने आपोआपच हा राष्ट्रवाद आंतरराष्ट्रवाद विरोधी भूमिका घेतो. आंतरराष्ट्रीय सहकार्य, शांतता यांना या राष्ट्रावादामध्ये महत्त्व दिले जात नाही.

७) आधुनिकतेच्या विरोधी : हा राष्ट्रवाद परंपरा, रूढी, प्रथा यांचा स्वीकार करतो. 'जैसे थे' परिस्थिती टिकवून ठेवण्यावर यांचा भर असतो. आधुनिक मूल्य, विचार, शिक्षणपद्धती या सर्वांना या राष्ट्रवादात विरोध असतो. परिवर्तनाला या राष्ट्रवादामध्ये नकार असतो. परंपरांचे गौरवीकरण करण्यावर हा राष्ट्रवाद भर देतो.

थोडक्यात, प्रतिगामी राष्ट्रवाद हा राष्ट्रवादाचा असा प्रकार आहे की, ज्यामध्ये राष्ट्राला, राष्ट्रप्रेमाला, राष्ट्रभक्तीला सर्वोच्च स्थान असते. राष्ट्रहितासाठी कोणत्याही मार्गाचा वापर करण्यास या राष्ट्रवादाला गैर वाटत नाही. आपल्या राष्ट्राचे श्रेष्ठत्व जगाने स्वीकारावे यासाठी तो प्रयत्नशील असल्याने हा 'राष्ट्रवाद' विधायक असण्यापेक्षा विघातकच जास्त असतो.

२) पुरोगामी किंवा प्रागतिक राष्ट्रवाद

पुरोगामी किंवा प्रागतिक राष्ट्रवाद हा राष्ट्रवादाचा एक प्रकार आहे. राष्ट्रवादाचा हा प्रकार अत्यंत महत्त्वाचा आहे. स्वातंत्र्य, समता, न्याय, विवेक, विज्ञाननिष्ठा, शांततामय सहजीवन, बदल या तत्त्वांचा स्वीकार करणारा हा राष्ट्रवाद आहे. आंतरराष्ट्रवाद, परस्पर सहकार्य यावर या राष्ट्रवादाचा विश्वास आहे. धर्मनिरपेक्षता, हक्कांचा स्वीकार यावर हा राष्ट्रवाद भर देतो. आधुनिकतेचा स्वीकार करणारा हा राष्ट्रवाद आहे. युद्धाला, हुकूमशाहीला, अशांततेला, वर्चस्वाला, साम्राज्यवादाला, आक्रमकतेला हा राष्ट्रवाद विरोध करतो. लोकशाही, आधुनिकता, शांतता, व्यक्तिस्वातंत्र्य यांचा स्वीकार हा राष्ट्रवाद करतो, त्यामुळे पुरोगामी राष्ट्रवाद हा विधायक स्वरूपाचा राष्ट्रवाद आहे, असे म्हणता येते.

पुरोगामी किंवा प्रागतिक राष्ट्रवादाची वैशिष्ट्ये

१) स्वातंत्र्याचा पुरस्कार करणारा राष्ट्रवाद : पुरोगामी राष्ट्रवाद स्वातंत्र्य या संकल्पनेला महत्त्वाचे स्थान देतो. व्यक्तिस्वातंत्र्याला यामध्ये मध्यवर्ती स्थान असते.

व्यक्तिहीत, व्यक्तिस्वातंत्र्य कोणत्याही परिस्थितीमध्ये हिरावून घेता कामा नये अथवा राष्ट्रहीत किंवा समाजहिताच्या नावाखाली व्यक्तिस्वातंत्र्याचा बळी जाता कामा नये. पुरोगामी राष्ट्रवादामध्ये व्यक्ती केंद्रबिंदू असल्याने व्यक्तिस्वातंत्र्याला सर्वोच्च प्राधान्य दिले जाते.

२) समतेचा स्वीकार : पुरोगामी राष्ट्रवाद विषमता, श्रेष्ठत्व, गुलामगिरी यांच्या विरोधात भूमिका घेतो व समतेच्या तत्त्वाचा स्वीकार करतो. सर्व प्रकारच्या विषमता किंवा भेद नष्ट करून व्यक्तीला विकासाची समान संधी मिळाली पाहिजे यावर पुरोगामी राष्ट्रवादाचा भर असतो. सामाजिक, आर्थिक, राजकीय समतेचा स्वीकार पुरोगामी राष्ट्रवादात केला जातो.

३) न्यायतत्त्वाचा स्वीकार : पुरोगामी राष्ट्रवाद व्यक्तीच्या हक्कांचे रक्षण करण्यावर भर देतो. तसेच सामाजिक व आर्थिक न्याय प्रस्थापित करण्यावर भर देतो.

४) आंतरराष्ट्रवादाचा स्वीकार : पुरोगामी राष्ट्रवाद शांतता, परस्पर सहकार्य या तत्त्वांना महत्त्व देत असल्याने तो जागतिक शांतता प्रस्थापित करण्यासाठी परस्पर सहकार्यावर भर देणाऱ्या आंतरराष्टवादाचा स्वीकार करतो. जगाचा विकास हा आंतरराष्ट्रवादामधूनच शक्य आहे, असे हा राष्ट्रवाद मानतो.

५) मानवतावादाचा स्वीकार : पुरोगामी राष्ट्रवाद मानवतावादाचा स्वीकार करतो. माणसा-माणसामध्ये भेदाभेद न करता संपूर्ण मानव जातीच्या कल्याणाचा विचार मानवतावादामध्ये दिसतो.

६) वैज्ञानिक दृष्टिकोनाचा स्वीकार : पुरोगामी राष्ट्रवाद अंधश्रद्धांना नकार देऊन वैज्ञानिक दृष्टिकोनाचा स्वीकार करतो. जे बुद्धीला मान्य असेल त्याचाच स्वीकार पुरोगामी राष्ट्रवादामध्ये केला जातो.

७) विचार व संस्कृतीची देवाणघेवाण : पुरोगामी राष्ट्रवादामध्ये विचार व संस्कृतीची देवाणघेवाण याला महत्त्वाचे स्थान आहे. संपूर्ण मानवजातीची प्रगती ही विचारांच्या व संस्कृतीच्या देवाणघेवाणीतूनच होऊ शकते. एकच एक विचार किंवा संस्कृती यावर भर देण्यापेक्षा बहुविचार व बहुसंस्कृतीची देवाणघेवाण याला यामध्ये महत्त्व आहे.

८) परिवर्तनाचा स्वीकार : पुरोगामी राष्ट्रवाद आहे ते योग्य आहे व ते तसेच टिकले पाहिजे, या तत्त्वाला नकार देतो व बदल किंवा परिवर्तनाचा स्वीकार करतो. योग्य न्याय व जे बुद्धीला पटते त्याचा स्वीकार यामध्ये केला जातो. या अर्थाने सर्वच

जुने विचार, संस्था यामध्ये बदल घडून आला पाहिजे हा विचार पुरोगामी राष्ट्रवादामध्ये दिसून येतो. पुरोगामी राष्ट्रवाद पारंपरिकतेला नकार देतो व अधुनिकतेचा स्वीकार करताना दिसतो.

९) **अनाक्रमक :** पुरोगामी राष्ट्रवाद हा चर्चा, विचार–विनिमय, सहकार्य, शांतता या तत्त्वांना महत्त्व देतो. दुसऱ्यावरती आक्रमण करणे किंवा त्याचे हक्क हिरावून घेणे याचा पुरोगामी राष्ट्रवाद स्वीकार करत नाही. त्यामुळे तो अनाक्रमणवादी ठरतो.

१०) **लोकशाहीचा स्वीकार :** पुरोगामी राष्ट्रवाद हुकूमशाही, एकाधिकारशाही, वर्चस्व, सत्तेचे केंद्रीकरण, वंशश्रेष्ठत्व, युद्ध, अशांतता यांना नकार देऊन लोकशाहीचा स्वीकार करतो.

सारांश

राष्ट्रवादाचे 'प्रतिगामी' व 'पुरोगामी' असे दोन महत्त्वाचे प्रकार पडतात. प्रतिगामी राष्ट्रवाद विघातक तर पुरोगामी राष्ट्रवाद विधायक स्वरूपाचा असतो. प्रतिगामी राष्ट्रवादामुळे संपूर्ण मानवजातीचे जीवन धोक्यात येऊ शकते. पुरोगामी राष्ट्रवादाचा स्वीकार केल्यास संपूर्ण मानवजातीचे कल्याण होऊ शकते. आधुनिक काळामध्ये जगातील सर्वच राष्ट्रे प्रतिगामी राष्ट्रवादाला नकार देऊन पुरोगामी राष्ट्रवादाचा स्वीकार करीत आहेत. शांतता, परस्पर सहकार्यावर आधारलेल्या पुरोगामी राष्ट्रवादातच संपूर्ण जगाचे हित आहे; अशा प्रकारे प्रतिगामी व पुरोगामी असे राष्ट्रवादाचे दोन प्रकार सांगता येतात.

पुरोगामी व प्रतिगामी राष्ट्रवादातील फरक

राष्ट्रवाद ही संकल्पना मूलत: भावनिक आहे; त्यामुळे राष्ट्रवादाचे वेगवेगळ्या स्वरूपामध्ये वर्गीकरण केले जाते. प्रगतीवादी किंवा प्रागतिक अथवा पुरोगामी राष्ट्रवाद व प्रतिगामी राष्ट्रवाद असे राष्ट्रवादाचे मुख्य दोन प्रकार पडतात. जगातील सर्वच राष्ट्रांत या दोन राष्ट्रवादांपैकी एक राष्ट्रवाद दिसून येतो. पुरोगामी राष्ट्रवाद लोकशाही स्वातंत्र्य, समता, बंधुता, न्याय, धर्मनिरपेक्षता यांना महत्त्व देतो तर प्रतिगामी राष्ट्रवाद साम्राज्यवाद, अशांतता हुकूमशाही, सैनिकीकरण, वंशश्रेष्ठत्व, युद्धांचा पुरस्कार यांना महत्त्व देतो. पुरोगामी व प्रतिगामी राष्ट्रवाद यामध्ये मूलभूत स्वरूपाचे फरक आहेत. या दोन्ही राष्ट्रवादांची वैशिष्ट्ये पाहिली असता त्यातील फरक स्पष्टपणे दिसून येतो.

पुरोगामी राष्ट्रवाद	प्रतिगामी राष्ट्रवाद
१) जो राष्ट्रवाद स्वातंत्र्य, समता, बंधुता, न्याय, धर्मनिरपेक्षता या तत्त्वांना महत्त्व देतो, त्यास 'पुरोगामी राष्ट्रवाद' म्हणतात.	१) जो राष्ट्रवाद आक्रमकता, हिंसा, अशांतता, सैनिकीकरण युद्ध, वंशश्रेष्ठत्व, हुकूमशाही या तत्त्वांचा पुरस्कार करतो त्यास 'प्रतिगामी राष्ट्रवाद' म्हणतात.
२) पुरोगामी राष्ट्रवादात सामाजिक ऐक्यांचा पुरस्कार केलेला असतो तर वंश, धर्म, भाषा, जात, प्रदेश, स्त्री-पुरुष भेद या सर्व घटकांतील भिन्नत्व दूर करून ऐक्यावरती या राष्ट्रवादाचा भर असतो.	२) प्रतिगामी राष्ट्रवाद संकुचित असतो. सामाजिक ऐक्याऐवजी विषमतेवरती या राष्ट्रवादाचा भर असतो. राष्ट्रापेक्षा पक्षाच्या स्वार्थाला हा राष्ट्रवाद महत्त्व देतो.
३) पुरोगामी राष्ट्रवाद मानवतावादाचा पुरस्कार करतो.	३) प्रतिगामी राष्ट्रवाद मानवतावादाच्या विरोधात भूमिका घेतो. प्रतिगामी राष्ट्रवादात मानवतावादाला कोणत्याही प्रकारचे स्थान नसते.
४) पुरोगामी राष्ट्रवाद विधायक घटकांना महत्त्व देतो. उदा. जागतिक शांतता, स्वातंत्र्य इ.	४) प्रतिगामी राष्ट्रवाद विघातक घटकांना महत्त्व देतो. उदा. वंशश्रेष्ठत्व, साम्राज्यवाद इ.
५) पुरोगामी राष्ट्रवाद उदारमतवादाचा स्वीकार करतो.	५) प्रतिगामी राष्ट्रवाद उदारमतवादाला विरोध करत सर्वंकषवादाचा पुस्कार करतो.
६) पुरोगामी राष्ट्रवाद लोकशाहीचा पुरस्कार करतो. लोकशाहीतील प्रत्येक मूल्य महत्त्वाचे मानतो.	६) प्रतिगामी राष्ट्रवाद हुकूमशाहीचा पुरस्कार करतो. या राष्ट्रवादात व्यक्तीला स्थान नसते.
७) पुरोगामी राष्ट्रवाद धर्मनिरपेक्ष असतो. धर्म या घटकाऐवजी त्यातील तत्त्वांना या राष्ट्रवादात महत्त्वाचे स्थान असते.	७) प्रतिगामी राष्ट्रवाद धर्मनिष्ठेचा पुरस्कार करतो. या राष्ट्रवादात धर्माला महत्त्वाचे स्थान असते.
८) पुरोगामी राष्ट्रवाद सहिष्णुतावादी	८) प्रतिगामी राष्ट्रवाद असहिष्णू असतो.

असतो. बहुसंख्याकांबरोबरच अल्पसंख्याकांना देखील या राष्ट्रवादात महत्त्वाचे स्थान असते.	त्यामुळे या राष्ट्रवादात बहुसंख्याकांकडून अल्पसंख्याकांचे शोषण होते.
९) पुरोगामी राष्ट्रवाद राष्ट्रीय स्वातंत्र्याला महत्त्व देतो.	९) प्रतिगामी राष्ट्रवादात स्वत:च्या राष्ट्राला वैभव प्राप्त करून देण्यासाठी दुसऱ्या राष्ट्रावरती आक्रमण केले जाते व त्याला आपल्या नियंत्रणाखाली आणले जाते.
१०) पुरोगामी राष्ट्रवाद शांततावादी असल्याने त्याचा युद्धाला विरोध असतो.	१०) प्रतिगामी राष्ट्रवाद शांततेवर विश्वास ठेवत नाही. शांतता हे भित्र्या लोकांचे स्वप्न आहे, असा विचार मांडत हा राष्ट्रवाद युद्धाचा पुरस्कार करतो.

सारांश

पुरोगामी व प्रतिगामी राष्ट्रवाद हे राष्ट्रवादाचे मुख्य दोन प्रकार आहेत. पुरोगामी राष्ट्रवाद लोकशाही, स्वातंत्र्य, समता, बंधुता, न्याय, धर्मनिरपेक्षता, सामाजिक ऐक्य, शांतता मानवतावाद, राष्ट्रीय स्वातंत्र्याला महत्त्वाचे स्थान देतो; तर प्रतिगामी राष्ट्रवाद हुकूमशाही, साम्राज्यवाद, वंशश्रेष्ठत्व, असहिणूता, धार्मिकता यांना महत्त्व देतो. एक राष्ट्रवाद प्रगतिशील, शांततावादी तर दुसरा राष्ट्रवाद प्रगतीच्या विरोधी व अशांततावादी आहे. आज जगात ज्या ज्या देशांनी लोकशाही स्वीकारली त्या त्या देशांमध्ये पुरोगामी राष्ट्रवादाचा स्वीकार केला गेला आहे. ज्या देशांनी सर्वंकष व्यवस्था स्वीकारल्या त्या देशात प्रतिगामी राष्ट्रवाद दिसतो.

क) आंतरराष्ट्रवाद (Internationalism)

राष्ट्रवाद व आंतरराष्ट्रवाद यांचा परस्परांशी संबंध आहे. राष्ट्रवादाचा विचार करून आंतरराष्ट्रवादाकडे जाता येते. राष्ट्रवाद राष्ट्रनिर्मितीमध्ये ज्याप्रमाणे महत्त्वाचा आहे त्याप्रमाणे जागतिक समाज, जागतिक शांतता, सहकार्य प्रस्थापित करण्यामध्ये आंतरराष्ट्रवादाची भूमिका निर्णायक आहे. सर्व प्रकारच्या जागतिक समस्या सोडविण्याची ताकद आंतरराष्ट्रवादामध्ये आहे. राष्ट्रवाद व आंतरराष्ट्रवाद हे दोन विचार एकमेकांच्या विरोधात नसून परस्परांना पूरक असेच आहेत.

व्याख्या : राज्यशास्त्र कोशकारांच्या मते, प्रादेशिकता, विशिष्ट मानवी समूहाचा इतिहास आणि संस्कृती, राष्ट्रवाद या संदर्भात राजकीय उद्दिष्टांची निश्चिती न करता सर्व देशातील मानवी समूहांना एक मानून अखिल मानवजातीच्या संदर्भात राजकीय उद्दिष्टांची निश्चिती करून त्यानुसार राजकीय कार्यक्रमाचा पाठपुरावा करणारी विचारप्रणाली म्हणजे 'आंतरराष्ट्रवाद' होय.

विकास : आंतरराष्ट्रवादाचा उदय राज्यसंस्थेच्या उदयाबरोबरच झालेला दिसतो. युरोपमध्ये अठराव्या शतकात राष्ट्रवादाचा उदय झाला; त्यातून राष्ट्रराज्ये अस्तित्वात आली. ज्या वेळी जगामध्ये राष्ट्रराज्ये अस्तित्वात आली त्या वेळीच त्यांच्यामध्ये सहकार्य प्रस्थापित होणे गरजेचे वाटल्याने आंतरराष्ट्रवादाचा उदय झाला, असे म्हणता येते. आंतरराष्ट्रवाद मध्ययुगीन कालापासून अस्तित्वात असला तरी १९ व्या व २० व्या शतकातील राष्ट्रवादी विचारप्रणालीच्या अतिरेकामुळे आंतरराष्ट्रवादाचा विकास झाला.

आंतरराष्ट्रवादाची वैशिष्ट्ये

अ) प्राचीन ग्रीक नगरराज्ये : प्राचीन ग्रीक नगरराज्यांमध्ये राष्ट्रा-राष्ट्रांनी परस्पर सहकार्य, शांतता प्रस्थापित करण्यासाठी राज्यसंघ स्थापन केले होते. प्राचीन ग्रिकांनी स्थापन केलेला 'आम्फीविटओनिक लिग' हा पहिला राज्यसंघ होता व त्यामधून आंतरराष्ट्रवादाची भावना जोपासली गेली होती.

ब) प्राचीन भारत : प्राचीन भारतामध्येदेखील आंतरराष्ट्रवादाच्या प्रस्थापनेसाठी प्रयत्न झालेले दिसतात. प्राचीन भारतामध्ये राज्याराज्यांमध्ये परस्पर सहकार्य व शांतता प्रस्थापित करण्यासाठी राज्यमंडळाची कल्पना अस्तित्वात होती. त्या माध्यमातून आंतरराष्ट्रवादाच्या प्रस्थापनेचा प्रयत्न झालेला दिसतो.

क) विचारवंतांचे योगदान : राष्ट्रराज्याच्या वाढीबरोबर त्यांच्यातील परस्परसंबंधाचा विचार होऊ लागला यातूनच आंतरराष्ट्रीय नियम, कायदे ही संकल्पना उदयाला आली.

१) ह्यूगो मोशियस : या विचारवंताने पहिल्यांदा आंतरराष्ट्रीय कायदे किती महत्त्वाचे आहेत याविषयी विचार मांडले. राष्ट्राराष्ट्रांमधील संबंध निश्चित करण्यासाठी आंतरराष्ट्रीय कायद्याची आवश्यकता आहे; असा विचार त्याने मांडला. विल्यम पेन, रूसो, कांट, बेन्थम या विचारवंतांनीदेखील आंतरराष्ट्रीय कायद्याचे महत्त्व सांगणारे लिखाण केले.

२) विल्यम पेन व सली : यांनी आंतरराष्ट्रीय संबंधामध्ये सहकार्य कसे प्रस्थापित करता येईल यासंबंधीचे विचार मांडले.

३) रूसो याने: आंतरराष्ट्रवादाच्या विकासामध्ये महत्त्वपूर्ण भूमिका बजावली. रूसोने 'जागतिक संघराज्य' नावाची नवी संकल्पना मांडली; यातून आंतरराष्ट्रवादास चालना मिळाली. सामाजिक करार या ग्रंथात रूसो म्हणतो की, व्यक्तींनी परस्परांमध्ये करार करून जशी राज्याची निर्मिती केली तसेच राज्यांनी परस्परांमध्ये करार करून जागतिक संघराज्य निर्माण करावे.

४) बेन्थम : बेन्थमने पहिल्यांदा 'आंतरराष्ट्रीय' या शब्दाचा वापर रूढ केला. त्याने 'आंतरराष्ट्रीय कायद्याची तत्त्वे' हा ग्रंथ लिहिला व त्यामध्ये युद्ध होऊ नये यासाठी राष्ट्रांनी नि:शस्त्रकरण, सैन्यकपात, संरक्षक करार करावेत. थोडक्यात, आंतरराष्ट्रवादामधील युद्ध हा एक प्रमुख अडथळा आहे व तो दूर करण्यासाठी राष्ट्रांनी आंतरराष्ट्रीय कायदे करावेत व त्याचे पालन करावे या विचारांमधून आंतरराष्ट्रवादाचा विकास झालेला दिसतो.

५) इमॅन्युएल कांट : कांटच्या विचारात आंतरराष्ट्रवादाची तत्त्वे दिसतात. कांटने आंतरराष्ट्रीय संघराज्याची कल्पना मांडली. जगातील सर्व राष्ट्रे स्वतंत्र असावीत व त्यांनी परस्परांच्या कारभारामध्ये हस्तक्षेप करू नये, सैन्यकपात करावी व लोकशाही व्यवस्थेचा स्वीकार करावा असे आंतरराष्ट्रवादाच्या विकासाला पोषक असे विचार मांडले. कांटने राष्ट्रीय संदर्भाच्या पलीकडे जाऊन सर्व मानवी समूहांना समान पद्धतीने लागू होईल अशा सार्वत्रिक कायद्याचा स्वीकार केला आणि राष्ट्रराज्याचे विसर्जन करून विश्वराज्याची स्थापना करणे हे राजकारणाचे उद्दिष्ट आहे असे आंतरराष्ट्रवादाचे तत्त्व मांडले.

ड) युरोपचे योगदान : युरोपिअन राष्ट्रांनी आपले प्रश्न शांतता, सहकार्य व वाटाघाटीच्या मार्गाने सोडविण्यासाठी १९ व्या शतकामध्ये युरोपीय मंडळ नावाची संघटना स्थापन केली होती. हा आंतरराष्ट्रीय सहकार्याचा प्रयत्न फार काळ टिकला नाही. परंतु शेती, दळणवळण, व्यापार व आरोग्याच्या क्षेत्रामध्ये यामधून प्रेरणा घेऊन विविध संघटना उदयाला आल्या. जागतिक शांतता परिषदेच्या माध्यमातून जागतिक प्रश्नांची चर्चा युरोपियन राष्ट्रे करत होती. १९०७ साली झालेल्या शांतता परिषदेने आंतरराष्ट्रीय लवाद (न्यायालय) या संघटनेची स्थापना केली.

५) राष्ट्रसंघ : पहिल्या महायुद्धामुळे आंतरराष्ट्रवादी भावनेला तडा गेला. अशा प्रकारचे महायुद्ध पुन्हा होऊ नये व राष्ट्राराष्ट्रांमध्ये परस्पर सहकार्य व शांततेची भावना वाढीस लागावी म्हणून राष्ट्रसंघ नावाची आंतरराष्ट्रीय संघटना स्थापन करण्यात आली. आंतरराष्ट्रीय कायद्यांच्या आधारे राष्ट्रांनी परस्परांमधील वाद सोडवावेत. सर्व राष्ट्रांना समान न्याय मिळावा यासाठी राष्ट्रसंघ स्थापन झाला. राष्ट्रसंघाच्या माध्यमातून आंतरराष्ट्रवाद

रुजविण्याचा प्रयत्न झाला परंतु श्रीमंत राष्ट्राचा स्वार्थीपणा, जर्मनी, इटली या राष्ट्राचा आक्रमकपणा यातून आंतरराष्ट्रवाद प्रस्थापनेसाठी स्थापन झालेला राष्ट्रसंघ अयशस्वी ठरला. संकुचित राष्ट्रवादाच्या पलीकडे जाऊन आंतरराष्ट्रवादाला पोषक असे वातावरण राष्ट्रसंघाने तयार केले होते.

६) संयुक्त राष्ट्रसंघटना : आंतरराष्ट्रवादाच्या विकासातील पुढचा टप्पा म्हणजे संयुक्त राष्ट्रसंघाची स्थापना होय. दुसऱ्या महायुद्धानंतर जागतिक सहकार्य व शांतता प्रस्थापनेसाठी संयुक्त राष्ट्रसंघटना या आंतरराष्ट्रीय संघटनेची स्थापना करण्यात आली. संयुक्त राष्ट्रसंघाकडे स्वतःचे नियम आहेत. आमसभा, सुरक्षासमिती, आंतरराष्ट्रीय न्यायालय, सचिवालय, आर्थिक आणि सामाजिक मंडळ, विश्वस्त मंडळ या विविध अंगांच्या माध्यमातून जागतिक पातळीवर विविध क्षेत्रात व विविध राष्ट्रांमध्ये परस्पर सहकार्य ही संघटना प्रस्थापित करीत आहे. आंतरराष्ट्रवादाच्या विकासामध्ये संयुक्त राष्ट्रसंघाची भूमिका महत्त्वाची आहे.

सारांश

राष्ट्रवादाच्या निर्मितीमधून राष्ट्र उदयाला आले. राष्ट्राराष्ट्रांमध्ये परस्पर सहकार्य, शांतता प्रस्थापित करणारा आंतरराष्ट्रवाददेखील उदयाला आला. राष्ट्राचे हित आंतरराष्ट्रवादामध्ये आहे. राष्ट्रवाद व आंतरराष्ट्रवाद हे एकमेकांच्या विरोधात नाहीत. जागतिक शांततेतूनच राष्ट्रांचा विकास होणार आहे. प्राचीन काळातील प्रयत्न, विचारवंतांचे साहित्य व आंतरराष्ट्रीय संघटना या माध्यमातून आंतरराष्ट्रवादाचा विकास झालेला दिसतो.

आंतरराष्ट्रवाद व विश्वराज्य संकल्पना

संपूर्ण जगाचे एक राज्य ही कल्पना म्हणजे 'विश्वराज्य' होय ; तर आंतरराष्ट्रवाद याचा अर्थ राष्ट्राराष्ट्रांनी परस्पर सहकार्य व शांततेचा स्वीकार करणे होय. आंतरराष्ट्रवाद ही संकल्पना प्रत्यक्षात अवतरली तरच विश्वराज्य ही संकल्पनादेखील प्रत्यक्षात येऊ शकते. आज संपूर्ण जगाला विश्वराज्याची गरज वाटू लागली आहे ; त्यामुळे विश्वराज्य ही कल्पना राहिली नसून ते प्रत्यक्षात येण्यासाठी प्रत्येक राज्याचे प्रयत्न होताना दिसत आहेत. आंतरराष्ट्रवाद व विश्वराज्य या संकल्पनांमध्ये राष्ट्राचे व संपूर्ण जगाचे हित सामावलेले आहे. जगामध्ये आजपर्यंत झालेल्या युद्धाचा अभ्यास केला तर असे दिसते की, प्रत्येक युद्ध हे दुसऱ्या युद्धापेक्षा जास्त विनाशकारी होते. पहिल्या महायुद्धापेक्षा दुसरे महायुद्ध हे जास्त विनाशकारी होते ; जर तिसरे महायुद्ध झाले तर त्यामधून संपूर्ण मानवजातीचे जीवन धोक्यात येऊ शकते म्हणजेच मानवी जातीचा सर्वनाशदेखील

होऊ शकतो. तिसरे महायुद्ध होऊ नये यासाठी आज जगाला आंतरराष्ट्रवादाची नितांत गरज आहे. यामुळे जगातील सर्वच राष्ट्रांनी आंतरराष्ट्रवादाचा स्वीकार केला तर सहजपणे विश्वराज्य प्रत्यक्षात येऊ शकते.

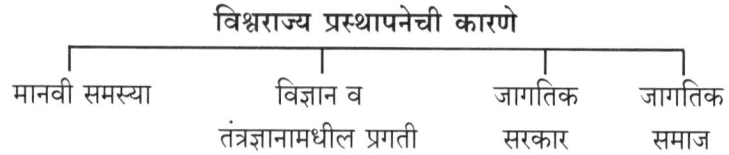

विश्वराज्य प्रस्थापनेची कारणे

मानवी समस्या	विज्ञान व तंत्रज्ञानामधील प्रगती	जागतिक सरकार	जागतिक समाज

१) मानवी समस्या

आज जगातील सर्वच राष्ट्रांमधील मानवांना भेडसावणाऱ्या समस्या समान आहेत. गरिबी, बेकारी, दुष्काळ, अतिवृष्टी, प्रदूषण, दहशतवाद, हिंसा, साथीचे रोग यासारख्या समस्या सर्वच राष्ट्रांपुढे आहेत. कोणतेही एक राष्ट्र स्वबळावर या समस्या सोडवू शकत नाही. परस्परांच्या सहकार्यातून या समस्या सोडवता येऊ शकतात; त्यामुळे आधुनिक राष्ट्रराज्यांनी आंतरराष्ट्रवादाचा स्वीकार केला तर मानवी समस्या सोडविता येऊ शकतात; याचाच अर्थ विश्वराज्य प्रस्थापित झाले तर मानवी समस्यांची सोडवणूक करणे शक्य आहे.

२) विज्ञान व तंत्रज्ञानामधील प्रगती

विज्ञान व तंत्रज्ञानाच्या क्षेत्रामध्ये आज जगाने प्रचंड प्रगती केलेली आहे. पाश्चिमात्य राष्ट्रे, विकसित राष्ट्रांनी खूप मोठ्या प्रमाणावर या क्षेत्रात कामगिरी केली आहे. या प्रगतीचा लाभ जगातील सर्वच राष्ट्रांमधील मानवजातीला मिळाला तर त्याचे जीवनदेखील सुखकारक होईल. मागासलेल्या, गरीब राष्ट्रांना विज्ञान व तंत्रज्ञानाच्या साहाय्याने प्रगती किंवा विकास करता येईल. आंतरराष्ट्रीय सहकार्याच्या माध्यमातून हे शक्य आहे.

३) जागतिक सरकार

इतिहासामध्ये अलेक्झांडर, हिटलर यांना जगज्जेता व्हायचे होते. स्वत:चे जागतिक सरकार निर्माण करावयाचे होते. परंतु आज दळणवळणाच्या साधनांमध्ये झालेल्या बदलांमुळे राष्ट्राचे भौगोलिक अंतर कमी झाले आहे; त्यामुळे परस्पर सहकार्याच्या माध्यमातून आज विश्वराज्य स्थापन करता येऊ शकते. पूर्वीपेक्षा आज 'जागतिक सरकार' ही संकल्पना गरजेची वाटत आहे.

४) जागतिक समाज

राष्ट्राराष्ट्रांमधील समाजापेक्षा आज जागतिक समाजाचा विचार केला जात आहे.

जागतिक समाज ही संकल्पना आधुनिक आहे. जागतिक समाजापुढील प्रश्न सारखे आहेत. जितक्या लवकर जागतिक समाज ही संकल्पना स्वीकारली जाईल तितक्या लवकर 'विश्वराज्य कल्पना' प्रत्यक्षात येईल.

सारांश

आंतरराष्ट्रवाद व विश्वराज्याची कल्पना या दोन संकल्पना परस्परांशी संबंधित आहेत. आंतरराष्ट्रवादाची भावना निर्माण झाली तरच विश्वराज्य प्रस्थापित होईल. राष्ट्रांनी राष्ट्रवादाला महत्त्व दिले तर विश्वराज्य कल्पना प्रत्यक्षात येऊ शकणार नाही. जागतिक समस्या सर्वत्र सारख्या आहेत. त्या सोडविण्याची ताकद कोणत्याही एका राष्ट्रामध्ये नाही; परस्पर सहकार्यातून या समस्या सोडविता येणार आहेत. विज्ञान व तंत्रज्ञानामध्ये झालेल्या प्रगतीचा वापर करून संपूर्ण मानव जातीला सुखी करता येऊ शकते. त्यासाठी गरज आहे ती आंतरराष्ट्रवाद व विश्वराज्याची. अशा प्रकारे आंतरराष्ट्रवाद व विश्वराज्याची कल्पना स्पष्ट करता येते.

सराव प्रश्न :

१) राष्ट्रवादाचा अर्थ व व्याख्या स्पष्ट करा.

२) राष्ट्रवादाचे घटक सांगा.

३) प्रागतिक किंवा पुरोगामी राष्ट्रवादाची वैशिष्ट्ये लिहा.

४) प्रतिगामी राष्ट्रवादाची वैशिष्ट्ये लिहा.

५) पुरोगामी राष्ट्रवादाची वैशिष्ट्ये लिहा.

६) प्रागतिक व प्रतिगामी राष्ट्रवादातील फरक स्पष्ट करा.

७) आंतरराष्ट्रवाद संकल्पना स्पष्ट करा.

८) 'विश्वराज्य' संकल्पना स्पष्ट करा.

३ | लोकशाही समाजवाद
Democratic Socialism

अ) अर्थ, स्वरूप आणि वैशिष्ट्ये (Meaning, Nature and Features)
ब) यश किंवा प्राप्ती आणि मर्यादा (Achievements and Limitations)
क) फेबियन समाजवाद, श्रमिक संघवाद आणि व्यवसायसंघ समाजवाद
(Types : Febianism, Syndicalism, Guild Socialism)

अ) अर्थ, स्वरूप आणि वैशिष्ट्ये (Meaning, Nature and Features)

लोकशाही व समाजवाद या दोन आधुनिक विचारप्रणाली आहेत. विसाव्या शतकामध्ये या दोन्ही विचारप्रणालींना अत्यंत महत्त्वाचे स्थान प्राप्त झाले आहे. जगातील अनेक देश आपण लोकशाहीवादी अथवा समाजवादी आहोत असा दावा करतात. लोकशाहीमध्ये व्यक्ती, व्यक्तिहित व व्यक्तिस्वातंत्र्याला महत्त्व असते; तर समाजवादामध्ये समाज, समाजहित व समाजाच्या स्वातंत्र्याला महत्त्व असते. लोकशाहीत स्वातंत्र्य तर समाजवादामध्ये समता या मूल्याचे महत्त्व असते; त्यांचे एकीकरण लोकशाही समाजवाद या विचारप्रणालीत केले जाते. अमेरिका, इंग्लंड, फ्रान्स या राष्ट्रांमध्ये लोकशाही आहे. परंतु ती खरी लोकशाही नाही, अशी टीका समाजवादी राष्ट्रे करतात; कारण आर्थिक विषमता, बेकारी यासारखे प्रश्न या राष्ट्रांना सुटलेले नाहीत. समाजवादी राष्ट्रांनी खऱ्या अर्थाने आर्थिक समता प्रस्थापित केलेली असल्याने खरी लोकशाही साम्यवादी राष्ट्रांनी निर्माण केलेली आहे, असे साम्यवादी राष्ट्रांचे म्हणणे आहे; तर समाजवादाच्या नावाखाली व्यक्तिस्वातंत्र्य कसे नाकारले जाते; तसेच कामगारवर्गाची सत्ता या नावाखाली काही साम्यवादी नेत्यांची कशी सत्ता चालते हे लोकशाहीवादी राष्ट्रे दाखवून देण्याचा सतत प्रयत्न करीत असतात. या परस्परविरोधी वाद-प्रतिवादामुळे लोकशाही तसेच समाजवाद या संकल्पनांचा नेमका अर्थ समजून

घेणे गरजेचे आहे. समाजवाद, साम्यवाद, शास्त्रीय समाजवाद, लोकशाही समाजवाद यांचे अर्थ परस्परांपासून वेगळे आहेत. साम्यवाद किंवा क्रांतिकारी समाजवादापेक्षा लोकशाही समाजवाद वेगळा आहे. लोकशाही समाजवाद लोकशाही संस्थांच्या क्षमतेवर विश्वास ठेवतो व हिंसक क्रांतीला नकार देतो. भाषण, संघटन, धार्मिक व सांस्कृतिक स्वातंत्र्याला पाठिंबा देऊन लोकशाही समाजवादी खुल्या निवडणुकांद्वारे सत्ता काबीज करू इच्छितात व राज्यसंस्थेवर नियंत्रण मिळाल्यावर समता व स्वातंत्र्यावर आधारलेला समाज निर्माण करण्याचा प्रयत्न करू इच्छितात. संक्रमण काळातील कामगारवर्गाच्या हुकूमशाहीला त्याचा विरोध आहे; परंतु राज्यसंस्थेचा समाजवादी ध्येय प्राप्तीसाठी ते उपयोग करू इच्छितात. खाजगी मालमत्ता नष्ट केल्याने प्रश्न सुटतात असे ते मानत नाहीत किंवा राज्यसंस्था नष्ट होईल, यावरही त्यांचा विश्वास नाही. उत्पादन साधनांचे संपूर्ण राष्ट्रीयीकरण करावे असे ठामपणे लोकशाही समाजवादी म्हणत नाहीत. त्यांचा वर्गसंघर्षावर विश्वास असला तरी त्याबाबतची टोकाची तात्त्विक भूमिका ते घेत नाहीत; किंबहुना आर्थिक नियतीवादावर त्यांचा विश्वास नसतो. ऐतिहासिक विकासाचा अनिवार्य गतिक्रम ते मानीत नाहीत व मानवाच्या इच्छाशक्तीवर व प्रयत्नावर त्यांची भिस्त असते. लोकशाही समाजवादाचा कोणताही मूलभूत असा महत्त्वाचा ग्रंथ नाही किंवा तत्त्वज्ञान नाही. सैद्धान्तिक काटेकोरपणा व वैचारिक बंदिस्तपणा त्यांनी स्वीकारला नाही. (राज्यशास्त्र कोश : पान नं. २८२, २८३) या दृष्टीने लोकशाही समाजवादाचा अर्थ, स्वरूप, वैशिष्ट्ये या प्रकरणात समजून घेऊ या.

व्याख्या

१) राज्यशास्त्र कोशकारांच्या मते, 'प्रातिनिधिक लोकशाही संस्थांच्याद्वारे समाजवादी समाजरचना प्रत्यक्षात आणता येते, असा विश्वास असणारी विचारप्रणाली म्हणजे लोकशाही समाजवाद होय.'

२) समता व व्यक्तिस्वातंत्र्य या दोन तत्त्वांवर आधारलेली समाजव्यवस्था घटनात्मक मार्गाने स्थापन करण्याचे ध्येय समोर ठेवणारे तत्त्वज्ञान म्हणजे लोकशाही समाजवाद होय.

अर्थ व स्वरूप

एकोणिसाव्या शतकाच्या उत्तरार्धात भांडवलशाही व्यवस्थेचे दोष दिसू लागले. हे दोष दूर करण्याच्या विचारांमधून समाजवादी तत्त्वज्ञानाचा उदय झाला. समाजवादाची कल्पना रॉबर्ट ओवेन, सेंट सायमन, चार्ल्स फोरियर या विचारवंतांनी मांडली. त्यानंतर हा विचार युरोपमध्ये विस्तारला गेला. कार्ल मार्क्स व फ्रेडरिक एंजल्स या दोन विचारवंतांनी समाजवादी विचारांमध्ये महत्त्वपूर्ण भर घातली. कार्ल मार्क्सने जो समाजवादी

विचार मांडला त्याला 'शास्त्रीय समाजवाद' असे म्हटले जाते. भांडवलशाही व्यवस्था नष्ट करून त्या जागी कामगारांची सत्ता प्रस्थापित करण्याचा शास्त्रीय विचार मार्क्सने मांडला. उत्पादन शक्ती व उत्पादन संबंध यामध्ये बदल झाला की, समाज व्यवस्थेमध्ये बदल होतो, हा मार्क्सने सिद्धान्त मांडला. मार्क्सच्या विचारांवर आधारलेली साम्यवादी क्रांती युरोपमध्ये झाली नाही. परंतु १९१७ साली ती रशियामध्ये झाली. कार्ल कॉटेस्की या समाजवादी विचारवंताने 'डिक्टेटरशिप ऑफ दि प्रॉलेटरियट' व 'टेरिटिझम अँड कम्युनिझम' या ग्रंथांमधून रशियामध्ये सुरू असलेल्या दडपशाहीबद्दलचे विचार मांडले. समाजवाद प्रत्यक्षात साकार करण्यासाठी लोकशाही मूल्यांचा व हक्कांचा बळी जाता कामा नये, ही त्याची प्रमुख मांडणी होती; याचाच अर्थ समाजवाद प्रस्थापित करण्यासाठी लोकशाहीचा बळी दिला जावू नये, या विचारांमधून 'लोकशाही समाजवाद' नावाची कल्पना उदयाला आली.

लोकशाहीच्या पद्धतीने समाजवाद समाजामध्ये प्रस्थापित करता येऊ शकतो. शांततामय मार्गाने आर्थिक बदल घडवून आणता येऊ शकतो. लोकशाहीच्या पद्धतीने आर्थिक समता प्रस्थापित होऊ शकते. क्रांतिकारी समाजवादापेक्षा लोकशाही समाजवाद हा विचार महत्त्वपूर्ण ठरला. लोकशाही व समाजवाद या दोनही कल्पना परस्परविरोधी नसून परस्परांना पूरक आहेत. लोकशाही समाजवादामध्ये लोकशाही स्वातंत्र्य व समाजवाद समता या दोन विचारप्रणालींचा समन्वय आहे. लोकशाही निष्ठांवर आधारलेला समाजवाद म्हणजे 'लोकशाही समाजवाद' होय.

उदय

लोकशाही समाजवादाचे तत्त्वज्ञान व त्याची बीजे ही एकोणिसाव्या शतकातील काही युरोपीय समाजवाद्यांच्या विचारात आढळतात; त्यामुळे लोकशाही समाजवादाच्या उदयाची चर्चा करीत असताना एकोणिसाव्या शतकातील समाजवादी विचार समजून घेणे महत्त्वाचे आहे; कारण एकूण समाजवादी चळवळीचा तो प्रारंभबिंदू आहे.

भांडवलशाही व्यवस्था व विचारप्रणालींना प्रतिक्रिया म्हणून एकोणिसाव्या शतकात समाजवादी विचार उदयास आला. या दृष्टीने समाजवादी तत्त्वज्ञान हे एक आधुनिक तत्त्वज्ञान आहे. समाजवादाच्या प्रेरणा या प्राचीन विचारवंतांच्या विचारातही आहेत. उदा. प्राचीन काळात प्लेटो, मध्ययुगीन काळातील टॉमस मूर या सर्वांच्या विचारात समाजवादी विचारांची बीजे दिसत असली तरी एक संघटित तत्त्वज्ञान म्हणून समाजवादाचा उदय एकोणिसाव्या शतकातच झाला.

एकोणिसाव्या शतकाच्या उत्तरार्धात भांडवलशाही व्यवस्थेचे दुष्परिणाम स्पष्ट झाले. भांडवलशाहीमुळे आर्थिक व्यक्तिवाद बळावला. व्यक्तिगत धाडस, कौशल्य

यास वाव मिळाला. व्यक्तिस्वातंत्र्याची कल्पना अस्तित्वात आली व त्याबरोबरच राजकीय स्वातंत्र्य, हक्क इ. कल्पनाही अस्तित्वात आल्या. भांडवलशाहीची ही जमेची बाजू होती; पण भांडवलशाही जसजशी अधिक प्रगत होत गेली तसतसे तिच्यातील दोषही स्पष्ट होत गेले. भांडवलशाहीच्या प्रगत अवस्थेत उद्योगधंद्यांची वाढ झाली, व्यापार वाढला, वैज्ञानिक संशोधनास वाव मिळाला व यंत्रयुगाचा प्रभाव वाढला, उत्पादन वाढले हे जरी सत्य असले; तरी त्याचबरोबर भांडवलशाहीने नव्या समस्याही निर्माण केल्या होत्या. आर्थिक मंदी व बेकारी यासारखे प्रश्न तीव्र झाले होते. कामाचेस्वरूप जरी सार्वत्रिक झाले तरी मालकी मात्र खाजगीच राहिली; त्यामुळे आर्थिक विषमता वाढत गेली. आर्थिक परावलंबन आणि राजकीय स्वातंत्र्य यांच्यातील अंतर्विरोध स्पष्ट झाला. भांडवलशाही व औद्योगिक क्रांतीचे हे परिणाम कसे थोपविता येतील या दिशेने रॉबर्ट ओवेन, सेंट सायमन, चार्ल्स फोरियर यासारख्या विचारवंतांनी, नवा विचार लोकांपुढे मांडला. काही नवे प्रयोग केले आणि त्यामुळे समाजवादी चळवळ आकारास आली.

इ. स. १८३३ मध्ये रॉबर्ट ओवेन (१७७१-१८५८) या ब्रिटिश विचारवंताने 'द युअर मॅन्स माडिर्अन' हा ग्रंथ लिहिला. या ग्रंथात त्याने 'समाजवाद' हा शब्द वापरला. औद्योगिक क्रांतीचे दुष्परिणाम ओवेनने पाहिले होते. माणसाची पिळवणूक होते त्यावर काही नवा मार्ग शोधायचा त्याने प्रयत्न केला. प्रत्येक गाव हे स्वयंपूर्ण असावे, असा विचार त्याने मांडला. त्यासाठी सर्वांनी संघटित प्रयत्न केले पाहिजेत असे त्याचे मत होते. या प्रयत्नात प्रत्येक व्यक्तीचा समान वाटा असावा. स्पर्धेपेक्षा सहकार्य असावे आणि सहकार्यात्मक कार्याचा लाभ सर्वांना सारखाच मिळावा ही ओवेनची इच्छा होती. राज्यसंस्था माणसाचे प्रश्न सोडवील यावर ओवेनचा विश्वास नव्हता; म्हणूनच आर्थिक प्रश्न सोडविण्यासाठी लोकांनी आपल्या 'स्वयंसेवी संघटना' स्थापन कराव्यात असे ओवेनचे मत होते. राज्यसंस्थेला विशेष महत्त्व न देता स्वत:च स्वत:चे हितसंवर्धन करायचे, हे त्याचे सूत्र दिसते. समाजवादी विचारात पुढे राज्यसंस्थेविरोधी जो विचारप्रवाह दृढ झाला त्याचेही बीज येथे दिसते. ओवेनचे विचार उदात्त असले तरी प्रत्यक्षात ते यशस्वी होऊ शकले नाहीत. भोवतालची समग्र भांडवलशाही चौकट तशीच कायम असता एका विशिष्ट भागात समाजवादाचे हे प्रयोग दीर्घ काळ यशस्वी होणे अशक्य होते. मार्क्सने पुढे या समाजवाद्यांना स्वप्नाळू समाजवादी म्हटले.

रॉबर्ट ओवेनप्रमाणेच फ्रान्समध्ये सेंट सायमन आणि चार्ल्स फोरियर या विचारवंतांनी समाजवादी विचार मांडला होता. सेंट सायमनला वैज्ञानिक क्षेत्रातील प्रगतीचे विशेष महत्त्व वाटत होते. वैज्ञानिक प्रगतीमुळे योजनाबद्ध संघटन व सामूहिक हिताचे सार्वजनिक

नियंत्रण अपरिहार्य झाले आहे, असे सायमनचे मत होते. समाजातील संघर्ष हा मालक व सेवक असा नसून उत्पादक वर्ग व अनुत्पादक वर्ग असे या संघर्षाचे स्वरूप आहे, असे सायमनचे मत होते. प्रत्येकाच्या गुणवत्तेनुसार त्या त्या व्यक्तीस मोबदला मिळावा असे सायमनचे मत होते. गुणवत्तेच्या प्रमाणात मोबदल्यामध्ये येणारी विषमता त्यास मान्य होती. राज्याने नागरिकांना काम पुरविलेच पाहिजे; तसेच 'प्रत्येकाने काम केले पाहिजे' असे सायमनचे मत होते. इतिहासाच्या विकास क्रमावर त्याचा विश्वास होता. मानवी इतिहासाची वाटचाल विश्वात्मकतेकडे चालली आहे, असे त्याचे मत होते. सेंट सायमनप्रमाणेच चार्ल्स फोरियरनेदेखील समाजवादी विचार मांडला. फोरियरचा शासकीय हस्तक्षेपास विरोध होता. प्रश्न लोकांनी सामूहिकरीत्या सोडवावेत असे त्याचे मत होते. सेंट सायमन आणि फोरियर यांच्या अनुयायांनी त्यांचा विचार अधिक पुढे नेला.

इंग्लंडमध्ये ओवेनप्रणीत कामगार संघटनेच्या चळवळी कमी झाल्या. नंतर चार्टिस्ट चळवळ व ख्रिश्चन समाजवाद यांसारख्या चळवळीतून समाजवादी विचार विकसित होत गेला. जॉन माल्कम लुडलो (१८२१-१९९१), चार्ल्स किंगस्ले (१८१९-१८७५), डाडवर्ड नील (१८१०-१८९२) या व्यक्ती ख्रिश्चन समाजवादी चळवळीच्या पाठीशी होत्या; त्यामुळे ग्राहक चळवळीस अधिक गती मिळाली. जर्मनी व फ्रान्समध्येही हा ख्रिश्चन समाजवादी विचार पसरला होता. इ.स. १८६४ नंतर मात्र युरोपमधील समाजवादी चळवळीवर मार्क्सवादाचा प्रभाव काहीसा वाढत गेला.

रॉबर्ट ओवेन, सेंट सायमन अथवा चार्ल्स फोरियर यांनी समाजवादी तत्त्वज्ञानाचा पाया घातला; पुढे या समाजवादी विचारांचा विकास भिन्न भिन्न दिशेने झाला; त्यात मुख्यत्वे तीन प्रवाह महत्त्वाचे आहेत - १) एकोणिसाव्या शतकाच्या उत्तरार्धात फ्रान्समध्ये उदयास आलेला श्रमिक संघवाद, २) फेबियन समाजवाद आणि ३) विसाव्या शतकातील पहिल्या दोन दशकांत इंग्लंडमध्ये उदयास आलेला 'व्यवसाय संघवाद' होय. समाजवादी चळवळीतील आणखी एक महत्त्वाचा विचार म्हणजे मार्क्स एंजल्सप्रणीत क्रांतिकारी शास्त्रीय समाजवाद होय.

लोकशाही समाजवादाची वैशिष्ट्ये

१) भांडवलशाहीस विरोध

समाजवादी तत्त्वज्ञानाचा उदय हा भांडवलशाही व्यवस्थेतील दुष्परिणामांवर उपाय म्हणून उदयास आला म्हणून भांडवलशाही व्यवस्थेस लोकशाही समाजवादाचा तत्त्वत:च विरोध आहे. भांडवलशाही अर्थव्यवस्थेमध्ये 'मुक्त आर्थिक स्पर्धा' असते. या मुक्त आर्थिक स्पर्धेत आर्थिकदृष्ट्या दुर्बल असलेली व्यक्ती स्पर्धा करू शकत नाही. परिणामत: भांडवलशाही व्यवस्थेतील ही स्पर्धा आर्थिकदृष्ट्या सामर्थ्यशाली अशा

व्यक्ती करू शकतात. समाजात अशा व्यक्ती संख्येने नेहमीच कमी असतात; त्यामुळे या मूठभर श्रीमंत व्यक्तींच्या हाती सर्व आर्थिक सत्ता केंद्रित होते. या आर्थिक सत्तेच्या बळावर बहुसंख्य अशा सामान्य, गरीब लोकांची पिळवणूक करणे शक्य होते; म्हणूनच भांडवलशाही व्यवस्थेचा डोलारा हाच मुळी पिळवणुकीवर आधारित आहे. ह्या पिळणुकीमुळे समाजातील आर्थिक विषमता वाढते. दारिद्र्य हा समाजजीवनाचा एक अपरिहार्य भाग होतो, परिणामत: माणसाचे खच्चीकरण होत जाते. तो स्वत्व गमावून बसतो. लोकशाही समाजवादास पिळवणुकीवर आधारित अशी भांडवलशाही व्यवस्था नको आहे. रॉबर्ट ओवेनपासून पुढील सर्वच समाजवादी विचारवंतांनी या भांडवलशाही व्यवस्थेवर टीका केल्याचे दिसते. भांडवलशाही व्यवस्थेतील अनिर्बंध आर्थिक व्यक्तिवाद, त्यातून निर्माण होणारी असमान पातळीवरील आर्थिक स्पर्धा, या स्पर्धेतून वाढत जाणारी आर्थिक विषमता व दारिद्र्य आणि शेवटी त्यात लुप्त होणारे माणसाचे मनुष्यत्व या साऱ्या गोष्टी समाजवादास मान्य नसल्याने भांडवलशाही व्यवस्थेस विरोध करणे हे समाजवादाचे प्रमुख उद्दिष्ट झाले आहे. लोकशाही समाजवादाचे ते ठळक वैशिष्ट्य आहे.

२) उत्पादन साधनांची सामुदायिक मालकी

भांडवलशाही व्यवस्थेतील आर्थिक व्यक्तिवादास समाजवादाचा विरोध असल्याने उत्पादन साधनांची खाजगी मालकी किंवा व्यक्तिगत मालकी समाजवादास तत्त्वत: मान्य नाही; म्हणून त्याऐवजी उत्पादनाच्या सर्व साधनांचे सामाजिकरण व्हावे व त्यावर संपूर्ण समाजाचे नियंत्रण असावे, असे समाजवादी विचारवंत सांगतात. अर्थात, सामुदायिक मालकी म्हणजे प्रत्येक उद्योगधंद्याचे वा व्यवसायक्षेत्राचे राष्ट्रीयीकरण नव्हे; किंबहुना याच संदर्भात लोकशाही समाजवादाचे तत्त्वज्ञान हे साम्यवादी तत्त्वज्ञानापेक्षा वेगळे ठरते. समाजवादाप्रमाणे साम्यवादाचाही खाजगी उत्पादन क्षेत्रास विरोध आहे. उत्पादन साधनांची खाजगी गालकी त्यांनाही नको आहे; पण त्यास पर्याय म्हणून ते 'उद्योगधंद्यांचे राष्ट्रीयीकरण करणे' हा उपाय सांगतात. लोकशाही समाजवादास हे राष्ट्रीयीकरणाचे तत्त्व संपूर्णत: नामंजूर आहे असे नव्हे, पण उत्पादन साधनांवरची खाजगी मालकी नाहीशी करण्याचा एकमेव पर्याय म्हणून ते राष्ट्रीयीकरणाकडे पहात नाहीत. महत्त्वाच्या धंद्यांचे राष्ट्रीयीकरण व्हावे असे लोकशाही समाजवादी विचारवंतांचे मत आहे; पण त्याच जोडीने सहकारी संस्था, सार्वजनिक क्षेत्रातील उद्योग व्यवसाय याही मार्गाने उत्पादन साधनांवर सामुदायिक मालकी प्रस्थापित करता येते, असे समाजवादी मानतात. सर्व जमिनी वा महत्त्वाचे उद्योगधंद्यांचे सामाजिकरण झाले पाहिजे पण त्याचबरोबर छोटे छोटे व्यवसाय खाजगी क्षेत्रात असल्यास मान्यता देतात;

त्यामुळे व्यक्तीच्या उपक्रमशीलतेस व उद्यमशीलतेस वाव मिळतो, असे लोकशाही समाजवादी तत्त्वज्ञानाचे मत आहे. साम्यवाद्यांप्रमाणे सर्वच उद्योग-व्यवसायांचे राष्ट्रीयीकरण त्यांना मान्य नाही. अशा राष्ट्रीयीकरणाने केंद्रीकरणाची प्रवृत्ती वाढते आणि अतिरेकी केंद्रीकरण हे नेहमीच स्वातंत्र्यास मारक ठरते. 'दि लेबर पार्टी इन परस्पेक्टिव्ह' या आपल्या प्रबंधात क्लेमंट ॲटली यांनी हा मुद्दा स्पष्ट केला आहे. त्यांच्या म्हणण्यानुसार सामुदायिक मालकीच्या संदर्भात असे काही नियम लावता येणार नाहीत. या बाबतीत ॲटलींनी तीन गोष्टींचा विचार झाला पाहिजे, असे म्हटले आहे - १) उत्पादन साधनांवर सामुदायिक मालकी प्रस्थापित करीत असता त्यामागचा मुख्य उद्देश हा 'सार्वजनिक हित' जपणे, हा असला पाहिजे. २) उद्योग-व्यवसायातील व्यवस्थापक आणि तंत्रज्ञ यांना त्यांच्या क्षेत्रात पुरेसे स्वातंत्र्य दिले पाहिजे तरच त्यांना अधिक कार्यक्षमतेने काम करता येईल. ३) उद्योग- व्यवसायातील कामगारांना आपण या उद्योगनगरीचे नागरिक आहोत असे वाटले पाहिजे. केवळ रोजगार मिळविण्यासाठी आपण येथे आहोत अशी त्यांची भावना होता कामा नये. या तीन गोष्टींचे भान ठेवून उत्पादन साधनांवर सामुदायिक मालकी प्रस्थापित व्हावी असे लोकशाही समाजवादी तत्त्वज्ञानाचे मत आहे.

३) खाजगी मालमत्तेस विरोध

लोकशाही समाजवादी तत्त्वज्ञानाचा खाजगी मालमत्तेच्या अधिकारास तत्त्वत: विरोध आहे. खाजगी मालमत्तेचा अधिकार हा नैसर्गिक नसून भांडवलशाहीतील आर्थिक व्यक्तिवादाचे ते अपत्य आहे, असे समाजवादी मानतात. खाजगी मालमत्तेच्या अधिकाराचा लाभ हा नेहमीच मालमत्ताधारकांनाच मिळतो. बहुसंख्य अशा संपत्तीहीन लोकांना मात्र त्याचा काहीच लाभ घेता येता नाही. उलट, याच खाजगी मालमत्तेच्या अधिकारावर बहुसंख्य सामान्य नागरिकांची पिळवणूक मूठभर भांडवलदार करीत असतात. समाजातील आर्थिक विषमतेचे ते एक प्रमुख कारण ओ;. म्हणूनच समाजवादास खाजगी मालमत्तेचा अधिकार अमान्य आहे. समाजवादी तत्त्वज्ञानानुसार समाजवादी सरकार सत्तेवर येताच समाजातील संपत्तीचे समान वाटप करण्याच्या दृष्टीने खाजगी मालमत्तेच्या अधिकारावर मर्यादा घातल्या जातील. आवश्यकता भासल्यास अतिरिक्त मालमत्ता सार्वजनिक हितासाठी ताब्यातही घेतली जाईल. अर्थात, अशी मालमत्ता जप्त करीत असता संबंधित व्यक्तीस त्याची नुकसान भरपाई दिली जाईल. लोकशाही समाजवादी तत्त्वज्ञानाचे वेगळेपण याही ठिकाणी स्पष्ट दिसते. साम्यवादी तत्त्वज्ञानानुसार सार्वजनिक हितासाठी एखाद्याची मालमत्ता जप्त करण्याची वेळ आली तर ती तशी केलीच पाहिजे आणि ते करीत असता संबंधित व्यक्तीस नुकसान भरपाई देण्याचे

काहीच कारण नाही; कारण या खाजगी मालमत्तेची निर्मिती गरिबांच्या आर्थिक पिळवणुकीतून झाली आहे. साम्यवादी तत्त्वज्ञानाची ही भूमिका समाजवादी तत्त्वज्ञानास तत्त्वत: मान्य असली तरी 'नुकसान भरपाई' देणे हे नैतिकदृष्टच्या, तसेच व्यावहारिकदृष्ट्याही अधिक योग्य आहे, असे लोकशाही समाजवादी विचारवंतांना वाटते.

४) स्वातंत्र्य आणि समता यांचा समन्वय

लोकशाही समाजवादाचे एक महत्त्वपूर्ण वैशिष्ट्य म्हणजे स्वातंत्र्य व समता या दोन्ही मूल्यांचा समन्वय होय. स्वातंत्र्याची किंमत देऊन आर्थिक व सामाजिक समता आणणे, हे लोकशाही समाजवादाच्या चौकटीत बसत नाही. मानवी व्यक्तिमत्त्वाचा संपूर्ण विकास हे समाजवादाचे अंतिम ध्येय आहे. या विकासासाठी स्वातंत्र्य ही पहिली अट आहे. अशा स्थितीत स्वातंत्र्याशी तडजोड करून समता प्रस्थापित करणे लोकशाही समाजवादाच्या चौकटीत बसू शकत नाही. समाजातील आर्थिक, सामाजिक, वांशिक, राजकीय विषमता लोकशाही समाजवादास पूर्णत: अमान्य आहे. या विषमतेतूनच सामाजिक व आर्थिक वर्ग निर्माण होतात व त्यांच्यात संघर्ष सुरू होतो. समाजातील या संघर्षावर मूलभूत स्वरूपाचा उपाय म्हणजे समतेच्या तत्त्वावर वर्गविरहित समाजरचना निर्माण करणे होय. या दृष्टीने सर्वच समाजवादी तत्त्वज्ञ व विचारवंत समतेच्या मूल्याला विशेष महत्त्व देतात. आधी समता मग स्वातंत्र्य ही साम्यवादी क्रमवारी समाजवाद्यांना मान्य नाही. तसेच व्यक्तिवादी तत्त्वज्ञानातील अतिरेकी स्वातंत्र्यही त्यांना मान्य नाही. या दोन्ही मूल्यांचा योग्य तो समन्वय साधून, व्यक्तीला या दोहोंचा उपयोग कसा करून देता येईल याला समाजवादी विचार प्राधान्य देतो.

५) लोकशाही मार्गावर विश्वास

लोकशाही समाजवादाचे सर्वांत महत्त्वाचे वैशिष्ट्य म्हणजे लोकशाही मार्गावर असलेला त्याचा विश्वास होय. समाजवादी परिवर्तन हे लोकशाही मार्गाने होऊ शकते असा विश्वास या समाजवादी विचारवंतांना वाटतो. त्यासाठी हिंसक क्रांतीची आवश्यकता आहे, असे नाही. साम्यवादी तत्त्वज्ञान व समाजवादी विचाप्रणाली यात हाच मूलभूत स्वरूपाचा भेद आहे.

६) नवसमाजनिर्मिती

साम्यवादी विचारप्रणाली, लोकशाही तत्त्वज्ञान आणि राजवट ही भांडवलशाहीची अपत्ये असून ती शोषित समाजाचे हितसंबंध जपू शकत नाही. ती एक 'बुर्ज्वा' शासनपद्धती आहे; म्हणून ती नाहीशी करून समाजवाद आणता येईल. कामगार वर्गाचे

संघटन, कामगार क्रांती, कामगाराची हुकूमशाही, आर्थिक समता, वर्गविहिन समाजाची निर्मिती आणि समाजवादी समाज असा क्रम साम्यवादी विचारसरणी लावते. लोकशाही समाजवादास हे मान्य नाही. लोकशाही हा केवळ 'बुर्ज्वा' आणि म्हणून प्रतिगामी शासनप्रकार आहे, असे समाजवादी मानत नाहीत. उलट, मताधिकारांची वाढती व्याप्ती, पुरोगामी, सुधारणावादी कायदे यातून लोकशाहीचे प्रागतिक स्वरूप स्पष्ट झाले आहे. अशा अवस्थेत समाजवादी परिवर्तनासाठी लोकशाहीचा बळी देण्याचे काही कारण नाही, असे समाजवादी तत्त्वज्ञान सांगते.

७) सनदशीर मार्ग

लोकांचे प्रबोधन, मतपरिवर्तन, जनमताचा दबाव या सनदशीर मार्गाने समाजवादी तत्त्वांचा प्रचार व प्रसार होऊ शकतो आणि या विचारसरणीस अनुकूल वातावरण तयार होताच समाजवादी क्रांती सहजच होईल, असे समाजवादी तत्त्वज्ञान सांगते. कामगारांची हुकूमशाही प्रस्थापित झाल्यानंतर हुकूमशाहीचे सर्वच दोष तिच्यातही असतात असे समाजवादाचे म्हणणे आहे. या अनियंत्रित हुकूमशाहीतून माणसाचे खच्चीकरण होते. लोकशाही मूल्यांचा असा बळी जाणे हिताचे नाही. सत्ता ही माणसास भ्रष्ट करते व सर्वंकष सत्ता सर्वंकष स्वरूपाचा भ्रष्टाचार पसरवते. हुकूमशाहीत सत्तेचे केंद्रीकरण जास्तीतजास्त होते. मग त्याचे दुष्परिणाम सर्वत्रच दिसू लागतात. लोकशाही समाजवादास म्हणून या सर्वच गोष्टी अमान्य आहेत. सनदशीर मार्गाने अपेक्षित परिवर्तन घडवून आणण्यावर त्यांचा भर आहे हे लोकशाहीतच शक्य आहे; म्हणूनच कॉट्स्की, सिडने वेब या सर्वच समाजवादी तत्त्वज्ञांनी लोकशाहीचा पुरस्कार केला आहे.

८) आंतरराष्ट्रवाद व विश्वबंधुत्ववाद

समाजवादी तत्त्वज्ञान हे विश्वबंधुत्ववादी व आंतरराष्ट्रवादी तत्त्वज्ञान आहे. राष्ट्रवादासारख्या संकुचित निष्ठा त्यात नाहीत; म्हणूनच 'राष्ट्रीय समाजवाद' या कल्पनेतच आंतर्विरोध आहे असे अ‍ॅटलींनी म्हटले आहे. याच भूमिकेतून अतिरेकी राष्ट्रवादाचे समर्थन करणाऱ्या फॅसिझमला किंवा वंशश्रेष्ठत्वाच्या संकुचित निष्ठा बाळगणाऱ्या नाझीवादास समाजवादाचा विरोध आहे. माणसा-माणसांतील समता लोकशाही समाजवादात आहे . यातूनच राष्ट्रवाद, वंशवाद, साम्राज्यवाद आणि वसाहतवादाच्या पलीकडे समाजवादी तत्त्वज्ञान एक व्यापक विश्वबंधुत्ववादी भूमिका घेते.

मूल्यमापन

लोकशाही समाजवादी तत्त्वज्ञानाचे मूल्यमापन पुढीलप्रमाणे करता येते-

एकूण समाजवादी विचारांच्या विकासामध्ये लोकशाही समाजवाद हा एक

महत्त्वाचा टप्पा आहे. समाजवादी तत्त्वज्ञानामध्ये मार्क्सने मोलाची भर घातली. या तत्त्वज्ञानास शास्त्रीय आधार दिला. क्रांतिकारी दिशा दिली; पण मार्क्सप्रणीत समाजवाद प्रत्यक्षात आणताना अनेक अडचणी येणार होत्या. मार्क्सच्या अनुयायांना त्या जाणवल्याही. यातून लेनिन या नेत्याने मार्क्सप्रणीत क्रांतीस रशियात मूर्तरूप दिले. रशियात हा प्रयोग यशस्वी झाला. कामगारांच्या हुकूमशाहीच्या नावाखाली साम्यवादी पक्षाची हुकूमशाही प्रस्थापित झाली. मानवी हक्क ही समाजवादी परिवर्तनाची किंमत असू शकत नाही; याची जाणीव युरोपीय समाजवाद्यांना आणि यातूनच समाजवादी परिवर्तनाबरोबरच लोकशाहीचा आग्रह धरणारे लोकशाही समाजवादी तत्त्वज्ञान उदयास आले. त्याची बीजे मार्क्सपूर्व समाजवादी विचारातच होती. मार्क्सच्या क्रांतिकारी समाजवादातील भडकपणा, श्रमिक संघवादातील आक्रमकता व अराज्यवादी विचार ज्यांना अव्यवहार्य वाटला त्यांनी लोकशाही समाजवाद स्वीकारला इंग्लंड, ऑस्ट्रेलिया, न्यूझीलंड, स्वीडन या सर्वच देशांनी लोकशाही शासनाचे स्वरूप प्रागतिक ठेवले; तेथील लोकशाही दृढ होत गेली. तिच्याबरोबरच राज्यसंस्थेचे स्वरूपही बदलत जाऊन कल्याणकारी राज्याचा विचार स्वीकारला गेला. लोकांचे कल्याण साधणारे राज्य विरून जावे अशी कल्पना आता कोणाला करता येणार नव्हती. या पार्श्वभूमीवर युरोपीय देशात लोकशाही समाजवादाने गाठलेली ध्येये महत्त्वपूर्ण आहेत.

समता की स्वातंत्र्य असा फरक लोकशाही समाजवाद करीत नाही; उलट, दोन्ही गोष्टींना त्यात सारखेच महत्त्व आहे आणि यादृष्टीने लोकशाही समाजवादाचे महत्त्व खूपच जाणवते.

समाजवादी परिवर्तनाचा कोणताही पोथीनिष्ठ मार्ग लोकशाही समाजवाद मांडत नाही. परिणामत: बऱ्याच वेळा लोकशाही समाजवादाने व्यवहार्य भूमिका घेतल्याचे दिसते; त्यामुळे या तत्त्वज्ञानात एक प्रकारची लवचिकता आली आहे. तसेच टोकाची भूमिका न घेतल्याने समाजवादी परिवर्तनाचा मार्ग अधिक सुकर झाला आहे. साम्यवाद्यांच्या अतिरेकी भूमिकेमुळेच इटली व जर्मनीत फॅसिझमचा उदय झाला, अशी टीका कार्ल कॉटस्कीने केली आहे. समाजवादाची तत्त्वे प्रस्थापितांनी स्वीकारावी यासाठी लोकशाहीतील सनदशीर राजकारणाचा मार्ग युरोपातील समाजवाद्यांनी निवडला.

संपूर्ण समाजवादी परिवर्तनाचा प्रयत्न हा माणसाच्या कल्याणासाठी असताना लोकशाही समाजवादाने मानवी मूल्यांचा बळी न देता संथ गतीने समाजवादाचे उद्दिष्ट गाठायचे असे ठरविले. लोकशाही समाजवादाचा हा मध्यममार्ग आहे. यादृष्टीने लोकशाही समाजवादाचा हा विचार अतिशय महत्त्वाचा ठरतो.

ब) लोकशाही समाजवादाचे यश किंवा प्राप्ती आणि मर्यादा
(Achievements and Limitations)

लोकशाही व समाजवाद या दोन विचारप्रणालींचा समन्वय असणारी विचारप्रणाली म्हणजे 'लोकशाही समाजवाद' होय. लोकशाहीतील व्यक्तिस्वातंत्र्य व समाजवादातील समता यांचा समन्वय लोकशाही समाजवादामध्ये दिसून येतो. इंग्लंडमध्ये लोकशाही समाजवाद ही विचारप्रणाली उदयाला आली. तिच्या मूलभूत तत्त्वांमुळे जगातील अनेक देशांनी लोकशाही समाजवादाचा स्वीकार केला. युरोप, अमेरिका, आशिया, आफ्रिका खंडातील अनेक देशांमध्ये लोकशाही समाजवादाचा स्वीकार केला जाणे हे लोकशाही समाजवादाचे फार मोठे यश असलेले दिसते. सनदशीर व शांततामय मार्गाने लोकशाहीमध्ये समाजवादाची तत्त्वे प्रत्यक्षात आणता येण्याचे सर्व श्रेय लोकशाही समाजवादाला मिळाले. परंतु लोकशाही समाजवादाला काही मर्यादादेखील पडलेल्या दिसतात.

१) लोकशाही समाजवादाचे यश किंवा कामगिरी

इंग्लंडमधील मजूर पक्षावर समाजवादी तत्त्वज्ञानाचा प्रभाव होता. कामगार संघटनांवरती मजूर पक्ष आधारलेला होता. १९४५ साली इंग्लंडमध्ये जे मजूर पक्षाचे सरकार ॲटली यांच्या नेतृत्वाखाली होते त्या सरकारने लोकशाही व्यवस्थेच्या अंतर्गत समाजवादी कार्यक्रमांची आखणी व अंमलबजावणी करण्यास सुरुवात केली. कामगारांच्या हिताचे कायदे करणे, किमान वेतन, बेकारी निर्मूलन, गरिबांना आर्थिक मदत, श्रीमंतांवर वाढते कर, कामगारांचा व्यवस्थापनामध्ये सहभाग असे समाजवादी स्वरूपाचे महत्त्वपूर्ण धोरण सरकारने आखले. तसेच मोठमोठ्या उद्योगधंद्यांचे इंग्लंडमध्ये राष्ट्रीयीकरण करण्यात आले. इंग्लंडमधील मजूर पक्षाला इंग्लंडमधील आर्थिक विषमता कमी करता आली. लोकशाही समाजवादामुळे साम्यवाद थांबविता आला. हे लोकशाही समाजवादाचे यश होते.

स्वित्झर्लंड, जर्मनी, नॉर्वे, स्वीडन, डेन्मार्क या लोकशाही व्यवस्था असलेल्या देशांमध्ये लोकशाही समाजवाद यशस्वी ठरला. लोकशाही देशांमध्ये समाजवादी पक्ष स्थापन करण्यात आले. निवडणुकीच्या मार्गाने समाजवादी पक्षांनी सत्ता प्राप्त करून समाजवादी कार्यक्रमांची अंमलबजावणी केलेली दिसते. सामान्य जनतेची अधिमान्यता व कायदेमंडळातील बहुमत यांमुळे समाजवादी कार्यक्रमांची अंमलबजावणी करणे समाजवादी सरकारांना सहजशक्य झाले.

तिसऱ्या जगातील देश दुसऱ्या महायुद्धानंतर स्वतंत्र व सार्वभौम झाले. त्यांनीदेखील लोकशाही समाजवादाचा स्वीकार केला. भारत, इजिप्त, चिली, घाना, झांबिया, इंडोनेशिया या देशांनी लोकशाही समाजवादाच्या माध्यमातून विकास करण्यास प्रारंभ

केला. सहकारी शेती, राष्ट्रीयीकरण, आर्थिक समता प्रस्थापित करण्यासाठी विविध धोरणांची आखणी व अंमलबजावणी केली गेली.

थोडक्यात, जगातील विकसित, विकसनशील, अप्रगत राष्ट्रांनी लोकशाही समाजवादाचा स्वीकार केला. लोकशाही समाजवादाचा स्वीकार जगातील बहुतांश देशांनी करणे यातच लोकशाही समाजवादाचे यश दिसते. लोकशाही समाजवादाने क्रांतिकारक, हिंसक मार्गाला नकार देऊन शांततामय, सनदशीर व निवडणुकीच्या मार्गांचा स्वीकार केलेला होता. त्यामुळेदेखील लोकशाही समाजवादाचा स्वीकार केला गेला. आर्थिक विषमता कमी करून आर्थिक समता प्रस्थापित करण्याच्यादृष्टीने लोकशाही समाजवादाची भूमिका अत्यंत महत्त्वपूर्ण होती. संघर्षाऐवजी समन्वयावर या समाजवादाने भर दिला, ही बाजूदेखील जमेची होती. लोकशाही समाजवादाच्या माध्यमातून लोकशाही मार्गाने समाजवादी ध्येय प्राप्त करता येतात, हा विश्वास लोकशाही समाजवादाने दिल्याने 'लोकशाही समाजवाद' यशस्वी होऊ शकला. आर्थिक समतेबरोबरच व्यक्तिस्वातंत्र्य, खाजगी मालमत्ता यांचा समन्वय राखण्यामध्ये लोकशाही समाजवाद यशस्वी झालेला दिसतो. सामाजिक न्याय प्रस्थापित करण्याच्या दृष्टीनेदेखील लोकशाही समाजवादाला यश प्राप्त झालेले दिसते. एकूणच लोकशाही समाजवादाचा जास्तीत जास्त देशांनी स्वीकार करणे व तो यशस्वीपणे राबविला जाणे हे लोकशाही समाजवादाचे फार मोठे यश किंवा कामगिरी मानता येते.

२) लोकशाही समाजवादाच्या मर्यादा

ज्या देशांमध्ये लोकशाही व्यवस्था नव्हती त्या देशांमध्ये प्रथमत: समाजवाद्यांना लोकशाही प्रस्थापित करावी लागली. परंतु यामध्ये लोकशाही समाजवादाला अपयश आले. लोकशाही समाजवादाने जे राष्ट्रीयीकरणाचे धोरण स्वीकारले त्या धोरणाला यश आलेले दिसत नाही. सामान्य जनतेला त्याचे जे फायदे मिळणे गरजेचे होते ते मिळण्यामध्ये मर्यादा आल्या. कामगार, सामान्य जनता, भांडवलदार या सर्वांनाच या धोरणाबाबत साशंकता निर्माण झाली. सरकारी मालकी असणारे उद्योगधंदे तोट्यात गेले, भ्रष्टाचार वाढला, राष्ट्रीय उत्पन्न वाढले, परंतु त्यांची समान पद्धतीने विभागणी झाली नाही. श्रीमंत व गरीब वर्गांमधील आर्थिक विषमता वाढत गेली. राष्ट्रीयीकरण न करतादेखील आर्थिक विकास होऊ शकतो हा विचार उदयाला आल्याने लोकशाही समाजवादाला मर्यादा आल्या.

लोकशाही समाजवादाने स्वीकारलेल्या मूलभूत तत्त्वांनाच मर्यादा दिसून येऊ लागल्या. खाजगी क्षेत्राऐवजी सार्वजनिक क्षेत्राला लोकशाही समाजवादाने प्राधान्य दिले खरे; परंतु त्यातून उत्पादनक्षमतेला मर्यादा आल्या. स्पर्धेचा अभाव यामुळे

गुणवत्तेचा प्रश्न निर्माण झाला. भांडवलदारांचे मतपरिवर्तन लोकशाही समाजवादामध्ये महत्त्वाचे मानले गेले. परंतु प्रत्यक्षात असे घडून येऊ शकले नाही; एकूणच लोकशाही समाजवादाला काळ व परिस्थितीनुरूप अनेक मर्यादा पडल्या. खुली अर्थव्यवस्था, कमीत कमी सरकारी नियंत्रण, खाजगी क्षेत्राला जास्त वाव, याप्रकारचे धोरण आज जगातील अनेक देशांनी स्वीकारल्याने लोकशाही समाजवादाला मर्यादा आलेल्या दिसतात.

सारांश

क्रांतिकारी, हिंसक मार्गाने समाजवाद प्रस्थापित करणारा मार्ग ज्यांना अमान्य होता; परंतु त्यांची समाजवादावर, लोकशाहीवर निष्ठा होती त्या देशांनी लोकशाही समाजवादाचा स्वीकार केला. समता, स्वातंत्र्य यांचा समन्वय, शांततामय व सनदशीर मार्ग, सहकार्य यामुळे लोकशाही सामजवादाला यश मिळाले. परंतु सार्वजनिक क्षेत्र, सरकारी मालकी, सहकार्य यांना महत्त्व दिल्याने भ्रष्टाचार, लालफित, तोट्याचा कारभार, गुणवत्तेचा अभाव यांसारखे दोष निर्माण झाले. या लोकशाही समाजवादाच्या मर्यादा दिसून आल्या. बदललेल्या आशा, आकांक्षा यांना सामावून घेण्यामध्ये लोकशाही समाजवादाला अपयश आले. परंतु असे असले तरीसुद्धा लोकशाही समाजवादामुळेच अनेक देशांच्या राज्यघटनेमध्ये समाजवादी तत्त्वे स्वीकारली गेली व प्रत्यक्षात त्यावर आधारलेले कायदे केले गेले व त्याची अंमलबजावणीदेखील केली गेली. अशा प्रकारे लोकशाही समाजवादाचे यश व मर्यादा सांगता येतात.

क) प्रकार (Types)

लोकशाही समाजवादाचे उद्दिष्ट, स्वरूप, मार्ग यावरून अनेक प्रकार पडतात. त्यातील प्रमुख प्रकार म्हणजे श्रमिक संघवाद, फेबियन समाजवाद व व्यवसाय संघ समाजवाद होय. या तीनही प्रकारांची चर्चा आपण येथे करणार आहोत.

१) फेबियन समाजवाद (Febianism)

फ्रान्समध्ये श्रमिक संघावादाच्यारूपाने जो समाजवाद उदयास आला तो ब्रिटिश समाजवादाच्या तुलनेने खूपच आक्रमक, हिंसेचा पुरस्कार करणारा आणि राज्यसंस्था विरोधी होता. इंग्लंडमध्ये जो फेबियन समाजवाद उदयास आला तो आक्रमक किंवा राज्यविरोधी दिसत नाही; कारण इंग्लंडच्या कामगारांचे वेतनमान इतर युरोपीय देशातील कामगारांपेक्षा अधिक होते; तसेच ब्रिटिश कामगारास भाषण आणि संघटन स्वातंत्र्याचा उपभोगही अधिक घेता येत होता. परिणामत: तुलनेने ब्रिटिश समाजवादी चळवळ कमी आक्रमक राहिली. १८४८ मध्ये चार्टिस्ट चळवळीचा

अस्त झाल्यानंतर इंग्लंडमधील समाजवादी चळवळ क्रियाशील नव्हती. १८८० मध्ये समाजवादी चळवळीस पुन्हा जोर आला. १८७० ची आर्थिक मंदी, जमिनीच्या प्रश्नावरून सुरू झालेल्या चळवळी, मार्क्सवादाचा प्रभाव, मुक्त अर्थव्यवस्थेवर ब्रिटिश अर्थतज्ज्ञांनी केलेली टीका, या सर्वच गोष्टींमुळे समाजवादी विचारास पुन्हा एकदा चालना मिळाली. समाजवादी विचारांचा प्रसार करण्यासाठी 'सोशल डेमॉक्रॅटिक फेडरेशन', 'सोशॅलिस्ट लीग' व 'इंडिपेंडन्ट लेबर पार्टी' या सारख्या संघटना अस्तित्वात आल्या. १८८० नंतर ब्रिटनमध्ये समाजवादी चळवळींची गती वाढली त्याचे एक अपत्य म्हणजे फेबियन सोसायटीची स्थापना होय.

फ्रॅन्सीस कोकर म्हणतात त्याप्रमाणे फेबियन समाजवाद्यांनी सिद्धान्तापेक्षा समाजवादी व्यवहारात अधिक भर टाकली आहे. यासंदर्भात फेबियन समाजवादाचे महत्त्व अधिक आहे.

फ्रान्समधील श्रमिक संघवाद विशिष्ट राजकीय, सामाजिक परिस्थितीत उदयास आला होता. फ्रान्स राज्यक्रांती झाल्यानंतर फ्रान्समध्ये बरीच वर्षे छोटे उद्योगधंदे व व्यवसाय हे कायम होते. इंग्लंडमध्ये औद्योगिक क्रांती ज्या वेगाने पसरली व छोट्या उद्योगधंद्यांची जागा मोठ्या उद्योगधंद्यांनी घेतली. तशी परिस्थिती फ्रान्समध्ये निर्माण झाल्याचे दिसत नाही; त्यामुळे फ्रान्समध्ये तेथील श्रमिकांना प्रभावी कामगार संघटना निर्माण करता आल्या नाहीत. परिणामत: कामगार संघटनांवरील त्यांचा विश्वास कमी होत गेला. या काळातील फ्रान्स सरकारचे कायदेही कामगार संघटनांच्या बाजूचे असेच होते; त्यामुळे कामगार संघटनेच्या बळावर आपण मार्क्सप्रणीत क्रांती घडवून आणू, असे त्यांना वाटत नव्हते. अशा परिस्थितीत वेगळा मार्ग शोधून काढण्याची गरज निर्माण झाली. याच सुमारास फ्रान्समधील औद्योगिक क्रांतीने एकोणिसाव्या शतकाच्या अखेरीस खरा वेग घेतला. त्याचा परिणाम म्हणून फ्रान्समध्ये संघटित कामगार वर्ग हळूहळू अस्तित्वात येऊ लागला. १८८४ च्या कायद्याने कामगारांना पुन्हा एकवार स्वत:च्या संघटना स्थापन करण्याचा हक्क मिळाला. १८८६ मध्ये 'नॅशनल फेडरेशन फॉर दि युनियन्स' या मध्यवर्ती संघटनेची स्थापना झाली. १८९३ मध्ये 'नॅशनल फेडरेशन ऑफ दी बोर्सेस' ही संघटना स्थापन झाली. ती कामगार चळवळीचा केंद्रबिंदू ठरली. या संघटनेच्या पुढाकारानेच १८९५ मध्ये 'दि जनरल फेडरेशन ऑफ लेबर' ही आणखी एक व्यापक संघटना निर्माण झाली. ती फ्रान्समधील प्रमुख कामगार संघटना बनली. जहालांनी या संघटनेवर वर्चस्व प्रस्थापित केले. फर्नांड पेल्युटिअर व सोरेल या दोन जहाल नेत्यांनी श्रमिक संघवादाचा विचार प्रथम स्पष्ट केला. हा विचार पुढे ह्यूबर्ट लागार्डेल यांनी विस्ताराने मांडला.

कामगारसंघांच्या हाती उद्योग-व्यवसायांचे व्यवस्थापन, भांडवलशाहीस विरोध, राज्यसंस्थेस विरोध, कामगारशक्तीच्या बलावरच सामाजिक परिवर्तन व नवसमाजनिर्मिती ही श्रमिक संघवादाची वैशिष्ट्ये सांगता येतील.

श्रमिक संघवादाची आणखी काही वैशिष्ट्ये पुढीलप्रमाणे -१) भांडवलशाहीस विरोध, २) उद्योगाचे व्यवस्थापन, ३) श्रमिक संघवादाचे मार्ग, ४) नवसमाज निमिर्ती, ५) राज्यसंस्थेस विरोध इ.

१) भांडवलशाहीस विरोध

श्रमिक संघवाद्यांच्या विचारप्रणालीवर अराज्यवाद व मार्क्सचा क्रांतिकारी समाजवाद यांचा प्रभाव होता. समाजवादी परिवर्तनाचे मार्ग, डावपेच या बाबतीत संघवाद हा मार्क्सच्या समाजवादापेक्षा वेगळा आहे. श्रमिक संघवादी विचारप्रणालीनुसार केवळ आर्थिक हितसंबंध भिन्न असल्यामुळे सामाजिक वर्गात भिन्नता आढळून येते असे नाही; तर विचार व संस्थांच्या संदर्भातही सामाजिक वर्गाचे भिन्नत्व स्पष्ट होते. प्रत्येक वर्गाच्या न्याय-अन्यायाच्या कल्पना भिन्न असतात व त्या त्या वर्गाकडूनच निश्चित होत असतात. त्यांच्या समर्थनार्थ प्रत्येक वर्ग योग्य ती व्यवस्थाही करीत असतो. आपली ही व्यवस्था संपूर्ण समाजावर लादण्याचा प्रयत्न प्रत्येक वर्ग सतत करीत असतो. मानवी इतिहासाचा हा अर्थ आहे. इतिहासात प्रत्येक वेळी वेगवेगळ्या वर्गाने आपापल्या कल्पना व संस्था ह्या समाजावर लादल्या आहेत. श्रमिक संघवाद्यांच्या मते, आधुनिक काळातील प्रादेशिक लष्करी राज्याची व्यवस्था ही मुख्यत्वे मालमत्ताधारकांचे हितसंबंध जपण्यासाठी अस्तित्वात आलेली आहे. समाजात मालमत्ताधारकांतील भिन्न गट या राज्यव्यवस्थेवर नियंत्रण प्रस्थापित करण्यासाठी आपापसांत स्पर्धा करीत असतात. राजकीय पक्षांचा उदय हा या स्पर्धेचाच आविष्कार आहे. श्रमिकांचे हितसंबंध अर्थातच या गटांपेक्षा वेगळे असल्याने ते या गटात व पर्यायाने या स्पर्धेत येत नाहीत; म्हणूनच फर्नाड पेल्यूटरने असे सांगितले की, श्रमिकांनी आपली उद्दिष्टे स्वतंत्रपणे आपल्याच ताकदीवर साध्य करावीत. राजकीय पक्षातील स्पर्धेपासून श्रमिकांनी स्वत:ला दूर ठेवावे.

२) उद्योगाचे व्यवस्थापन

सोरेलच्या मते, कामगारांच्या स्वायत्ततेवरच समाजवादाचे भवितव्य अवलंबून होते. श्रमिक संघवाद्यांची कामगार संघटनेविषयीची ही भूमिका काहीशी भिन्न असल्यामुळेच ब्रिटिश किंवा अमेरिकेतील कामगार संघटनांपेक्षा ती व्यापक आहे, असा दावा श्रमिक संघवादी करताना दिसतात. श्रमिक संघवाद्यांच्या मते, श्रमिकांचे स्वातंत्र्य व प्रतिष्ठा अबाधित राखणे हेच श्रमिक संघवादाचे उद्दिष्ट आहे. कोणत्याही उत्पादक श्रमातून

माणसाचे व्यक्तिमत्त्वच व्यक्त होत असते; म्हणूनच प्रत्येक व्यक्तीस जास्तीतजास्त स्वतंत्रपणे उत्पादक श्रम करता आले पाहिजेत, असे श्रमिक संघवादाचे मत आहे. जेव्हा एखादा उद्योजक उत्पादन साधनांच्या मालकीच्या बळावर विशिष्ट उत्पादन चौकटीमध्येच श्रमिकांना काम करायला लावतो, त्यासाठी श्रमिकांना राबवतो तेव्हा त्या कामगाराचे उत्पादक श्रम हे खऱ्या अर्थाने सर्जनशील नसतातच; कारण त्या बंदिस्त वातावरणात तो स्वत्व त्यात देऊ शकत नाही; म्हणूनच श्रमिकांची व्यवसायक्षेत्रे स्वतंत्र झाली पाहिजेत. मुक्त समाजामध्ये मुक्त श्रमाविष्कार हे श्रमिक संघवादाचे अंतिम उद्दिष्ट आहे.

३) श्रमिक संघवादाचे मार्ग

आपले हे उद्दिष्ट साध्य करण्यासाठी डावपेचाचा भाग म्हणून श्रमिक संघवाद्यांनी सार्वत्रिक संपाचा मार्ग सुचविला आहे. आपल्या किरकोळ मागण्यांसाठी संपाचे हत्यार सतत उचलणे हे श्रमिक संघवाद्यांना मान्य नाही. या संदर्भातच सोरेल या विचारवंताने ट्रेड युनियनचा संप व श्रमिक संघवाद्यांना अभिप्रेत असलेले सार्वत्रिक संप यातील फरक स्पष्ट केला आहे. मालकांवर दडपण आणून आपल्या मागण्या मान्य करवून घेण्यासाठी संपाचे हत्यार वापरण्यात श्रमिक संघवाद्यांची काहीच हरकत नाही. पण सार्वत्रिक संप व त्यातून व्यक्त होणारी कामगारशक्ती याचे महत्त्व श्रमिक संघवाद्यांना महत्त्वाचे वाटते. त्यांच्या मते; जेव्हा सार्वत्रिक संपाची मोठी लाट उसळते तेव्हा कामगारशक्तीचा आविष्कार मोठ्या प्रमाणात होतो. अत्यावश्यक उद्योग–धंद्यातील काम थांबविले जाते. देशाचे एकूण आर्थिक व सामाजिक जीवनच पंगू होते. याप्रकारे आपल्या सामर्थ्याची जाणीव देऊन समाजातील उच्चभ्रू वर्गास कामगार आपल्या न्याय्य मागण्या मान्य करायला लावतात. अशारीतीने समाजवादी परिवर्तनाचे हत्यार म्हणून श्रमिक संघवादी सार्वत्रिक संपाकडे पाहतात.

अशा संपामध्ये बहिष्कार, घातपात व हिंसा यांना वाव असतो असे श्रमिक संघवाद्यांचे म्हणणे आहे. सामाजिक परिवर्तनासाठी या मार्गाचा अवलंब होणे आवश्यक आहे, असे त्यांचे मत आहे. असे असले तरीही काही अहिंसात्मक मार्गांचाही उपयोग करता येऊ शकतो, अशी श्रमिक संघवाद्यांची भूमिका आहे. त्यामध्ये सावकाश गतीने काम करणे, कमी वेतनासाठी कमी प्रतीची सेवा देणे, मालाच्या विक्रीवर परिणाम होण्याच्यादृष्टीने ग्राहकांना उत्पादनातील गुपित सांगणे, या मार्गांचा समावेश त्यांनी केला आहे.

४) नवसमाजनिर्मिती

श्रमिक संघवाद्यांना अभिप्रेत असलेले समाजवादी परिवर्तन घडून आल्यानंतर समाजवादी समाज कसा असेल याचेही चित्र त्यांनी स्पष्ट केले आहे. 'हाऊ वुई शॅल

ब्रिंग अबाऊट दि रेव्होल्यूशन' या आपल्या पुस्तकात प्योजे व पत्वा म्हणतात की, समाजवादी क्रांती होताच चिरंतन स्वरूपाची रचनात्मक कामे श्रमिक संघवादी हाती घेतील. रेल्वे, टपालसेवा यांसारख्या मोठ्या सेवा कामगारांच्या राष्ट्रीय संघाकडे सोपविल्या जातील. या नव्या समाजरचनेत लोकांमध्ये बेशिस्त निर्माण होण्याची शक्यता नाकारता येत नाही. त्यासाठी काही शिक्षाही निश्चित कराव्या लागतील, पण या शिक्षेचे स्वरूप भिन्न असेल. काम न करणाऱ्यास हद्दपारीची शिक्षा तर अवाजवी फायदा उठविणाऱ्यास बहिष्काराची शिक्षा देण्यात येईल.

५) राज्यसंस्थेस विरोध

श्रमिक संघवाद्यांचा राज्यसंस्थेस तत्त्वत:च विरोध आहे. त्यांच्या मते, राज्याची संकल्पना अतार्किक आहे; कारण समाजात मोठ्या प्रमाणात बहुविधता दिसत असता राज्य मात्र एकात्म सामाजाचा दावा करीत असते. हे अर्थातच वास्तवाला धरून नाही. म्हणूनच नवसमाजरचनेत श्रमिक संघवाद्यांनी राज्यसंस्थेस महत्त्व दिले नाही. अर्थात, पहिल्या महायुद्धानंतर श्रमिक संघवादातील हा राज्यविरोधी विचार कमी झाला.

श्रमिक संघवादाचा फ्रान्समध्ये काही काळ प्रभाव होता; पण त्यापासून स्फूर्ती घेऊन अमेरिकेतही १९०५ मध्ये 'इंडस्ट्रिअल वर्कर्स ऑफ द वर्ल्ड' ही संघटना स्थापन झाली व तिने तेथील समाजवादी चळवळीस गती दिली. इटलीमध्येही याच धर्तीवर चळवळ झाली.

१) उदय व विकास

जानेवारी १८८४ मध्ये इंग्लंडमधील विचारवंतांनी पुढाकार घेऊन फेबियन सोसायटीची स्थापना केली. जॉर्ज बॅर्नार्ड शॉ, ॲनी बेझंट, सिडने वेब इ. व्यक्तींनी ही सोसायटी स्थापन केली. एच. जी. वेल्स, जी. डी. एच. कोल इ. विचारवंतही फेबियन सोसायटीत सामील झाले. सुशिक्षित मध्यमवर्गात समाजवादी तत्त्वांचा प्रसार करणे व ब्रिटनमधील स्थानिक व केंद्र सरकारला समाजवादी तत्त्वांची कार्यवाही करावयास लावणे हे या सोसायटीचे प्रमुख उद्दिष्ट होते. १८८४ मध्ये या सोसायटीने जाहीरनामा प्रसिद्ध केला. त्यात जमिनीचे काही प्रमाणात राष्ट्रीयीकरण व्हावे व उत्पादनाच्या सर्वच क्षेत्रात शासनानेही उतरावे अशी भूमिका या सोसायटीने घेतली. पुढे 'इंडिपेन्डंट लेबर पार्टी' व 'ब्रिटिश लेबर पार्टी' स्थापण्यातही या सोसायटीच्या सभासदाचा वाटा मोठा होता. पुस्तके, नियतकालिके, निवेदने, व्याख्याने इ. माध्यमातून समाजवादी तत्त्वांचा प्रसार या संस्थेने केला.

२) विचारप्रणाली

फेबियन समाजवाद्यांचा इतिहासाच्या प्रगतिशील वाटचालीवर विश्वास होता.

मानवी इतिहास हा प्रगतीचा इतिहास असून समाजवाद व लोकशाहीच्या दिशेने या इतिहासाचा प्रवास चालू आहे, असे फेबियन समाजवाद्यांचे मत होते. सिडने वेब या विचारवंताने ही भूमिका स्पष्ट केली आहे. त्यांच्या मते, इंग्लंडमधील व्यापक होत जाणारा मताधिकार म्हणजे लोकशाहीकडे चाललेल्या वाटचालीचे पाऊल होते. सिडने वेबच्या मते, उद्योगक्षेत्रातही व्यवस्थापन व मालकी यांची फारकत झाली होती; तसेच मोठ्या उद्योगधंद्यांमुळे व्यक्तिगत पातळीवरील स्पर्धाही आता कमी होत चालली होती. परिणामत: आर्थिक व्यक्तिवादाचे उच्चाटन झाले होते. वेबच्या मते, आधुनिक समाजजीवनाचा एक भाग म्हणून आधुनिक समाजवादी तत्त्वांचा स्वीकार या समाजाने केला आहे. समाजवाद हा ऐतिहासिक उत्क्रांतीतील एक टप्पा आहे, असेच फेबियन समाजवाद्यांचे मत होते.

३) उत्पादन साधनांची समाजाकडे मालकी

आर्थिक विचारप्रणालीच्या संदर्भात फेबियन समाजवाद्यांची भूमिका मार्क्सपेक्षा वेगळी होती. अभिजात अर्थतज्ज्ञांचा व मार्क्सचा श्रममूल्यांचा सिद्धान्त फेबियन समाजवाद्यांना मान्य नव्हता. मूल्य ही केवळ श्रमिकांची निर्मिती नसून, ती एकूण समाजाची निर्मिती आहे, असे फेबियन समाजवाद्यांचे मत आहे. उद्योगधंदे वा उत्पादन साधनांची मालकी ही कामगारांकडे न सोपविता ती समाजाकडे सोपवावी, असे फेबियन समाजवादी सुचवितात.

४) वर्गसमन्वय

रिकार्डोच्या खंड सिद्धान्ताचा फेबियन विचारप्रणालीवर प्रभाव आहे. रिकार्डोच्या मते, जमिनीमध्ये काही अधिक सुपीक तर काही कमी सुपीक जमिनी असतात. जमिनीच्या सुपीकतेतील फरकामुळे खंडाची निर्मिती होते. कमी सुपीक जमिनीच्या तुलनेत अधिक सुपीक जमिनीला मिळणारा लाभांश म्हणजे 'खंड' असे रिकार्डो सांगतो. फेबियन समाजवाद्यांनी रिकार्डोचा हा खंडासिद्धान्त अधिक व्यापक प्रमाणात स्वीकारला. त्यांच्या मते, खुल्या स्पर्धेत, उत्पादन वा व्यापारीक्षेत्रात भांडवलदार हादेखील आपल्या भांडवलावर इतरांच्या तुलनेत जो कमी-अधिक लांभाश मिळवितो, तो त्यांच्या अंगी असलेल्या श्रेष्ठतर गुणांमुळे वा सेवेमुळे नव्हे; तर त्याचे व्यवसायाचे ठिकाण, लोकसंख्येतील वाढ अथवा लोकांची वाढती समृद्धी यावर तो अवलंबून असतो.

५) संघर्षाऐवजी समन्वय

फेबियन समाजवाद्यांनी समाजातील अंतर्गत संघर्षाचे वेगळे विश्लेषण केले आहे.

त्यांच्या म्हणण्यानुसार प्रचलित उत्पादन व वाटप व्यवस्थेमुळे भिन्न हितसंबंधी गटात जो संघर्ष चालू आहे तो मुख्यत्वे श्रमिक विरुद्ध श्रमिकांना काम देणारे, असा नसून या संघर्षात एका बाजूला बहुजन समाज व दुसऱ्या बाजूला निव्वळ गुंतवणुकीच्या बलावर अधिकाधिक लाभांश मिळवून श्रीमंत होणारा मूठभर वर्ग असे दोन गट दिसून येतात. या मूठभर वर्गानेच समाजातील सत्ता मिळवली असल्याने बहुजन समाज हा जेमतेम जगू शकतो. प्रगतीचा लाभांश त्यांना कधीच मिळाला नाही. फेबियनांच्या मते, युरोपीय क्रांतीच्यामागे हा अतिरिक्त लांभाश ही एक प्रमुख प्रेरणा आहे. या पार्श्वभूमीवर समाजामुळे ज्याची निर्मिती झाली आहे त्यात सर्वांनाच सारखा वाटा कसा मिळेल हे पहाणे हे समाजवादाचे प्रमुख उद्दिष्ट असले पाहिजे.

६) नवसमाजनिर्मिती

जमीन व औद्योगिक भांडवलाचे हस्तांतरण हळू हळू समाजाकडे करून राज्यसंस्था जास्तीत जास्त प्रातिनिधिक बनविण्यासाठी प्रयत्नशील रहाणे हे फेबियनांना मान्य होते. समाजवाद आणण्यासाठी मताधिकार वाढविणे, सरकारी कर्मचाऱ्यांना योग्य ते प्रशिक्षण देणे, शिक्षणाची संधी सर्वांना उपलब्ध करून देणे यापेक्षा अधिक क्रांतिकारक बदल राजकीय क्षेत्रात करण्याची मुळीच गरज नाही असे फेबियन समाजवादी सांगतात. या संदर्भात बेकारी विरुद्ध उपाययोजना, कामाचे तास कमी करणे, वेतन वाढविणे, आरोग्य सुविधा व सुरक्षितता उपलब्ध करून देणे इत्यादी उपाय ते सुचवितात.

फेबियन विचारप्रणालीचा इंग्लंडमधील लोकमतावर चांगलाच प्रभाव पडला होता. ब्रिटिश सरकारचे कित्येक कायदे फेबियन विचारप्रणालीने प्रभावित झालेले दिसतात. उदा. १९१० चा वित्तविषयक कायदा ब्रिटन मधील मजूरपक्षाने फेबियन समाजवाद्यांचाच कार्यक्रम स्वीकारल्याचे दिसते.

श्रमिक संघवाद (Syndicalism)

एकोणिसाव्या शतकाच्या अखेरीस फ्रान्समध्ये श्रमिक संघवादाचा उदय झाला. त्यापूर्वी फ्रान्समध्ये उदयास आलेली अराज्यवादी विचारप्रणाली व मार्क्सचा क्रांतिकारी समाजवाद या दोहोंचा प्रभाव फ्रान्समधील श्रमिक संघवादावर पडल्याचे दिसते. एकोणिसाव्या शतकातील शेवटच्या दशकात फ्रान्समधील कामगार संघटनेत जहाल आणि मवाळ असे दोन गट पडले. जहालवाद्यांना क्रांतिकारी श्रमिक संघवादी म्हणून तर मवाळ नेत्यांना 'सुधारणावादी श्रमिक संघवादी' म्हणून ओळखले जाऊ लागले. अल्पावधीतच क्रांतिकारी श्रमिक संघवाद्यांनी कामगार संघटनेवर आपले वर्चस्व प्रस्थापित केले. त्यांचीच विचारप्रणाली पुढे 'श्रमिक संघवाद' या नावाने ओळखली जाऊ लागली.

व्यवसायसंघ समाजवाद (Guild Socialism)

समाजवादी चळवळीच्या संदर्भातील महत्त्वाची विचारप्रणाली म्हणजे 'व्यवसायसंघ समाजवाद' ही होय. विसाव्या शतकाच्या पहिल्या दोन दशकात इंग्लंडमध्ये व्यवसायसंघ समाजवादाचा उदय झाला. ए.जे.प्लेंटी, ए.आर.ऑरेज, हॉन्सन या व्यक्तींना व्यवसायसंघवादाचे जनक म्हणता येईल. जी.डी.एच.कोल, आर.एच.टॉनी, रसेल हे विचारवंतही व्यवसायसंघवादात सामील झाले होते. अत्याधुनिक यंत्र-संस्कृतीने व बड्या उद्योगधंद्यांच्यामुळे व्यक्तीजवळ असलेली अभिजात उपक्रमशीलता, सर्जनशीलता नष्ट होत चालली असून मानवी सर्जनातील सौंदर्य लुप्त झाले आहे. ही व्यवसायसंघवाद्यांची खंत होती. कामगारांना केवळ आर्थिक न्याय मिळवून देणे हेच समाजवादाचे एकमेव उद्दिष्ट नाही. उलट, त्यांच्या खऱ्या सर्जनशीलतेस जास्तीतजास्त वाव देणे हेही समाजवादाचे उद्दिष्ट असले पाहिजे असे ए.जे.प्लेंटी यांचे म्हणणे होते; यातूनच व्यवसायसंघ समाजवाद पुढे आला होता. १९१५ मध्ये मेलर प्रभृतींनी 'नॅशनल गिल्ड्स लीग'ची स्थापना केली; तसेच या लीगच्यावतीने 'दि गिल्ड सोशॅलिस्ट्स' हे मासिकही प्रकाशित करण्यास सुरुवात केली.

व्यवसाय संघवादाची वैशिष्ट्ये पुढीलप्रमाणे आहेत -

१) विचारप्रणाली

व्यवसायसंघ समाजवाद ही विचारप्रणाली फेबियन समाजवादापेक्षा फार वेगळी आहे असे नाही. कामगारांची पिळवणूक थांबावी, त्यांच्या वेतनात सुधारणा व्हावी, त्यांच्या उपक्रमशीलतेस वाव मिळावा, आर्थिक विषमता कमी व्हावी ही फेबियन समाजवादातील तत्त्वे व्यवसायसंघ समाजवादातही दिसतात. तपशीलात मात्र फरक दिसून येतो. फेबियन विचारसरणीनुसार सर्व कारखाने हे समाजाच्या मालकीचे असावेत, असे मानले जाते. व्यवसायसंघवादानुसार कारखान्यांची मालकी समाजाकडे पण व्यवस्थापन मात्र श्रमिकांकडे असावे असे मानले जाते. यंत्रयुगाने कामगार वर्गाचे जे खच्चीकरण होत आहे ते थांबविले पाहिजे असे व्यवसायसंघवाद्यांना वाटते; त्यासाठी कामगारांची पिळवणूक थांबली पाहिजे; तसेच नोकरशाहीच्या दडपशाहीपासूनही त्यांना संरक्षण मिळाले पाहिजे, हे उद्दिष्ट व्यवसाय संघवाद्यांनी ठेवले होते. देशाच्या अर्थिक रचनेचे लोकशाहीकरण झाले पाहिजे असेही त्यांनी म्हटले होते.

२) राज्यसंस्थेचे समर्थन

श्रमिक संघवाद्यांप्रमाणे व्यवसाय संघवाद्यांचा राज्यसंस्थेस तीव्र विरोध नाही. हॉन्सनच्या मते, उत्पादन साधनांची मालकी राज्याकडे असावी व राज्याने ती साधने निरनिराळ्या व्यवसायसंघास द्यावीत. भिन्न व्यवसायसंघातील वाद राज्याने मिटवावेत.

व्यवसायसंघावर राज्याने कर बसवावेत तसेच नागरी व फौजदारी कायदेही राज्याने करावेत. अशा रीतीने व्यवसायसंघवाद हा राज्यसंस्थेची भूमिका ही महत्त्वाची मानतो. कोल यांच्या मते, राज्य हे अपरिहार्यच आहे. अर्थात, केवळ 'दंडशक्तीचे मूर्त स्वरूप' हे राज्याचे स्वरूप कोल यांना मान्य नाही. समाजातील विविध संघामधील एक संघ असेच राज्यसंस्थेचे स्वरूप त्यास अभिप्रेत आहे. राज्यावर काही विशेष जबाबदारी असते असे कोल यांनी म्हटले आहे. समाजाचे संरक्षण, विवाह व घटस्फोटाचे नियंत्रण, मुलांचे संगोपन व शिक्षण ही राज्यांची काही प्रमुख कर्तव्ये आहेत, असे कोल यांनी सांगितले आहे.

३) वर्गसमन्वय

व्यवसायसंघवादी विचारवंत 'व्यवसायसंघ' ही कल्पना व्यापक अर्थाने वापरतात. त्यांच्या मते, व्यवसायसंघाची कल्पना केवळ कामगार वर्गापुरतीच मर्यादित नसावी तर त्यात कारकून, तंत्रज्ञ यांचाही समावेश असावा; कारण तेही श्रमजीवी असतात. राज्याच्या कायदेमंडळात निरनिराळ्या व्यवसायांना प्रतिनिधित्व दिले पाहिजे, असे व्यवसायसंघ समाजवादी सांगतात; त्यामुळे सर्वांच्या हितसंबंधाचे संरक्षण होईल. कोणत्या वस्तू निर्माण कराव्यात, किती प्रमाणात कराव्यात, कोणत्या बाजारपेठेत न्याव्यात, किती किमतीस विकाव्यात इ. सर्व निर्णय व्यवसायसंघाकडूनच घेतले जातील असे व्यवसायसंघवादी सांगतात. ग्राहकांच्या हितसंबंधाची जबाबदारी मालकसंघाने अथवा राज्याने घ्यावी, असेही त्यांचे प्रतिपादन आहे.

४) सहकारी संस्था

इंग्लंडमध्ये संघवादाची चळवळ फार रुजली नाही तरी पहिल्या महायुद्धानंतरच्या काळात इंग्लंडमध्ये घराची तीव्र टंचाई निर्माण झाली असता व्यवसायसंघवादाच्या तत्त्वावर 'घरबांधणी कर' करणाऱ्या सहकारी संस्था उभ्या राहिल्या व त्यांनी हा घरांचा प्रश्न काही प्रमाणात सोडविला. अर्थात, व्यवसायसंघवादाने समाजवादी चळवळीस नवा विचार व सिद्धान्त देऊन एक नवे परिमाण दिले, असे मात्र नाही.

५) कामगार वर्गाच्या हुकूमशाहीस विरोध

रॉबर्ट ओवेन, सायमन, फोरियर, प्रघॉ या विचारवंतांनी एकोणिसाव्या शतकात समाजवादी विचारांचे बीजारोपण केले. फ्रान्स व इंग्लंड येथे समाजवादी विचार प्रथमत: उदयास आला. मार्क्स व एंगल्सने त्यास वळण दिले. नव-मार्क्सचा क्रांतिकारक समाजवाद हा युरोपीय समाजवादी चळवळीस मानवला नाही. परिणामत: समाजवादी विचारप्रवाहात श्रमिक संघवाद, फेबियन समाजवाद, व्यवसायसंघवाद इ. विचारप्रवाह

निर्माण झाले. कार्यक्रमाच्या तपशीलाबाबत या विचारप्रवाहात एकवाक्यता कधीच नव्हती; पण इतकी मतभिन्नता असूनही 'कामगार वर्गाच्या हुकूमशाही' सारखी कल्पना मात्र कोणीच सांगितली नाही. व्यवसायसंघ समाजवादाने देखील कामगार वर्गाच्या हुकूमशाहीला विरोध केला.

६) सत्तेचे विकेंद्रीकरण

व्यवसाय संघ समाजवादाने व्यावसायिक प्रतिनिधित्वाचा स्वीकार केला. सत्तेचे विकेंद्रीकरण करणाऱ्यांवर भर दिला. व्यवसाय संघाच्या माध्यमातून सत्तेचे विकेंद्रीकरण केले गेले.

सारांश

फेबियन, श्रमिकसंघ व व्यवसायसंघ समाजवाद हे लोकशाहीचे समाजवादाचे वेगवेगळे प्रकार आहेत. यामध्ये लोकशाही व समाजवादाच्या मूल्यांना महत्त्व दिले आहे. ध्येय एकच आहे परंतु प्रत्येकाचे मार्ग भिन्न आहेत.

संपूर्ण समाजवादी परिवर्तनाचा प्रयत्न हा माणसाच्या कल्याणासाठी असताना लोकशाही समाजवादाने मानवी मूल्यांचा बळी न देता संथ गतीने समाजवादाचे उद्दिष्ट गाठायचे असे ठरविले. लोकशाही समाजवादाचा हा मध्यममार्ग आहे. या दृष्टीने लोकशाही समाजवादाचा हा विचार अतिशय महत्त्वाचा ठरतो.

सराव प्रश्न :

१) लोकशाही समाजवादाचा अर्थ सांगा.

२) लोकशाही समाजवादाचे स्वरूप लिहा.

३) लोकशाही समाजवादाची वैशिष्ट्ये सांगा.

४) लोकशाही समाजवादाचे यश आणि मर्यादा सांगा.

५) लोकशाही समाजवादाचे प्रकार सांगा.

६) श्रमिक संघ समाजवादाची वैशिष्ट्ये लिहा.

७) फेबियन समाजवादाची तत्त्वे लिहा.

८) व्यवसायसंघ समाजवादाची वैशिष्ट्ये लिहा.

९) लोकशाही समाजवादाचे प्रकार सांगा.

४ | फॅसिझम

Fascism

अ) फॅसिझमच्या उदयाची कारणे
   (Factors Responsible for the Rise of Fascism)
ब) फॅसिझमची तत्त्वे (Principles)
क) संघप्रधान किंवा महामंडळात्मक राज्य (Corporate State)

विसाव्या शतकातील दोन महायुद्धांच्या दरम्यान मुसोलिनीच्या नेतृत्वाखाली इटलीत आणि हिटलरच्या नेतृत्वाखाली जर्मनीत निर्माण झालेल्या विचारप्रणालीस 'फॅसिझम' असे म्हटले जाते. एबिन्स्टिन याने फॅसिझमचा अर्थ स्पष्ट करताना म्हटले आहे की, 'आत्यंतिक राष्ट्रवादी, वंशश्रेष्ठत्ववादी, लष्करशाही आणि साम्राज्यवादी, सर्वंकष समाज आणि शासन यांचा पुरस्कार करणारी एकपक्षीय हुकूमशाही म्हणजे 'फॅसिझम' होय.'

फॅसिझमच्या या व्याख्येवरून हे स्पष्ट होते की, विसाव्या शतकातील इतर सर्व विचारप्रणालींना विरोध करणारी विचारप्रणाली म्हणजे 'फॅसिझम'. मुसोलिनी म्हणत असे– 'शांतता, समाजवाद, लोकशाही आणि व्यक्तिस्वातंत्र्यवादास विरोध हे फॅसिझमचे प्रमुख लक्षण आहे.' व्यक्तिस्वातंत्र्यवाद आणि लोकशाही हे व्यक्तिनिष्ठ विचार असून, समाजवाद केवळ आर्थिक वर्गाचाच विचार करणारे तत्त्वज्ञान आहे. परंतु फॅसिझममध्ये समाजहित हे साध्य असून व्यक्ती ही साधन आहे. साध्यासाठी साधनांचा पूर्ण उपयोग करणे हे फॅसिस्ट राज्याचे उद्दिष्ट आहे.

'फॅसिझम' हा शब्दप्रयोग लॅटिन शब्द 'फॅसिस' यापासून निर्माण झाला आहे. प्राचीन रोममध्ये 'फॅसिस' हे एक चिन्ह होते. लाकडांची घट्ट बांधलेली मोळी आणि तीत अडकविलेली कुऱ्हाड हे ते चित्र किंवा चिन्ह होय. ते सत्ता आणि सामर्थ्याचे

प्रतीक होते. फॅसिझम म्हणजे सत्ता आणि सामर्थ्य यांना सर्वस्व मानणारी विचारप्रणाली होय. त्यास आधुनिक काळात मुसोलिनीने त्यावरून या विचारप्रणालीला 'फॅसिझम' असे म्हटले.

फॅसिझमच्या उदयाची पार्श्वभूमी

फॅसिझमवादाचा उदय पहिल्या महायुद्धानंतर इटली आणि जर्मनी या देशात झाला. रॉशे यांनी म्हटलेच आहे की, 'मॅकियाव्हेलीचा संधिसाधूपणा, हेगेलचा अमर्याद राज्यसत्तावाद, सोरेलचे हिंसक विचार आणि विल्यम जेम्सचा आत्यंतिक व्यवहारवाद म्हणजे 'फॅसिझम' होय. अर्थात, फॅसिझमची उभारणी कोणत्याही एका विचारवंताच्या प्रभावाचा परिणाम नाही किंवा तो कोणताही एक निश्चित विचारही नाही. परंतु त्यामध्ये मॅकियाव्हेली, हेगेल, सोरेल, विल्यम जेम्स यांच्या विचारांचे मिश्रण आहे.

एकोणिसाव्या शतकात पाश्चात्त्य देशांमधून सर्वत्र व्यक्तिस्वातंत्र्यवाद आणि लोकशाही यांचा विकास झाला. फ्रेंच राज्यक्रांती आणि अमेरिकेचे स्वातंत्र्ययुद्ध यातून निर्माण झालेले स्वातंत्र्याचे, बंधुभावाचे आणि समतेचे तत्त्वज्ञान स्वीकारले गेले. जनतेच्या सार्वभौमत्वावर आधारित असलेली लोकशाही निर्माण झाली. परंतु व्यक्तिस्वातंत्र्य आणि लोकशाहीचा पुरस्कार करणाऱ्या पाश्चात्त्य देशांची जगभर साम्राज्ये होती. स्वतःच्या देशात लोकशाही प्रस्थापित केलेले इंग्लंड, फ्रान्स हे देश आपले साम्राज्यवादी धोरण सोडायला तयार नव्हते. एकोणिसाव्या शतकाच्या अखेरीस राष्ट्रवाद, वंशवाद, आर्थिक महत्त्वाकांक्षा, युद्धसज्जता, गुप्त राजनीती आणि राज्यकर्त्यांची वैयक्तिक महत्त्वाकांक्षा इत्यादी गोष्टींची परिसीमा झाली होती. हुकूमशाही विरुद्ध लोकशाही यांचा संघर्ष पहिल्या महायुद्धात दिसून येत असला तरी आत्यंतिक राष्ट्रवाद आणि आर्थिक स्पर्धा यामुळेच ते झाले असे म्हणता येईल. लोकशाही आणि जागतिक सुरक्षितता यासाठी पहिले महायुद्ध झाले असे जे म्हटले गेले त्याचा पुनर्विचार करावा लागतो; कारण युद्धोत्तर काळात प्रत्यक्ष युरोपमध्येच लोकशाही आणि आंतरराष्ट्रीय सुरक्षितता हे दोन्हीही विचार नष्ट झाले. फॅसिझमचा उदय होऊन दुसऱ्या महायुद्धाची तयारी सुरू झाली. जर्मनी, ऑस्ट्रिया, हंगेरी, बल्गेरिया आणि तुर्कस्तान ही हुकूमशाही राष्ट्रे एका बाजूला तर फ्रान्स, इंग्लंड, रशिया, बेल्जियम, सर्विया ही लोकशाही परंतु साम्राज्यवादी राष्ट्रे दुसऱ्या बाजूला असे पहिल्या महायुद्धाचे प्रारंभीचे चित्र होते; लवकरच ते युरोपबाहेर पसरून जागतिक बनले. लोकशाहीच्या रक्षणासाठी अमेरिकेने आपले आर्थिक आणि औद्योगिक सामर्थ्य दोस्त राष्ट्रांच्या बाजूने वापरून युद्ध संपुष्टात आणले.

विसाव्या शतकाने महायुद्धाच्या परिणामांमुळे नव्या कालखंडाला आणि नव्या

परिस्थितीला जन्म दिला. रशिया, ऑस्ट्रिया, हंगेरी, जर्मनी आणि तुर्कस्तान ही युरोपातील साम्राज्ये नष्ट झाली. एकोणिसाव्या शतकात जगावर साम्राज्य पसरविणारे युरोपीय देश गरिब बनले. अमेरिकेने आपले अलिप्ततावादी धोरण सोडून दिले. रशियात बोल्शेव्हिक क्रांती होऊन नव्या समाजव्यवस्थेच्या प्रयोगाला सुरुवात झाली. लोकशाही आणि जागतिक सुरक्षितता या तत्त्वांची पिछेहाट झाली. निरंकुश राजसत्तेची हुकूमशाही जाऊन अधिक निरंकुश हुकूमशाही निर्माण झाली. युरोप खंड अनेक छोट्या राज्यात विभागला गेला. पराभूत राष्ट्रांचे विजेत्या राष्ट्रांनी तुकडे पाडून ते आपापसांत वाटून घेतले. साम्राज्यशाहीची पिछेहाट होऊन आशिया राष्ट्रांच्या स्वातंत्र्याचा मार्ग मोकळा होण्याची शक्यता वाढली.

पहिल्या महायुद्धाच्या परिणामातून निर्माण झालेल्या परिस्थितीत फॅसिझमच्या उदयाची बीजे सापडतात. पहिल्या महायुद्धात पराभूत झालेल्या सर्वच राष्ट्रांमध्ये फॅसिझमचा उदय न होता तो प्रामुख्याने इटली आणि जर्मनी या दोन देशात झाला. त्या देशातील विशिष्ट परिस्थिती त्याला कारणीभूत ठरली. पहिल्या महायुद्धाची सर्वांत अधिक झळ युरोपातील या दोन राष्ट्रांना लागली त्यामुळे फॅसिझमचा उदय झाला.

इटलीत फॅसिझमचा उदय

पहिल्या महायुद्धानंतर इटलीची राजकीय, आर्थिक आणि सामाजिकदृष्ट्या मोठी हानी झाली. वास्तविक युद्धात हे राष्ट्र विजेत्यांच्या बाजूने लढले होते. मात्र, त्याच्या नशिबी पराभूत राष्ट्रांचे दुर्भाग्य आले. व्हर्सायच्या तहात टिरोलशिवाय इटलीला काहीही देण्यात आले नाही. सामान्य जनतेचा नेत्यांवरील विश्वास उडाला. लोकशाही शासन युद्धोत्तर परिस्थितीला तोंड द्यायला असमर्थ ठरले. बेकारी, संप, टाळेबंदी, तुटीची अंदाजपत्रके, वाढत्या किमती, काळाबाजार, शांतता आणि सुव्यवस्थेचा अभाव असे अनेक प्रश्न निर्माण झाले; अशा परिस्थितीत रशियातील साम्यवादी चळवळ इटलीतही सुरू होईल अशी भीती इटलीतील श्रीमंतांना वाटू लागली; ती भीती खरी ठरू लागली होती. सर्वत्र वेगळ्याच प्रतिक्रिया उमटू लागल्या. लोकशाहीला विरोध, व्यक्तिस्वातंत्र्याला विरोध, साम्यवाद, समाजवाद, शांतता या सगळ्याच विचारांना विरोध असे वातावरण इटलीत निर्माण झाले. याउलट, आत्यंतिक राष्ट्रवाद, पुनरुज्जीवनवाद आणि निरंकुश राज्यसत्तचे समर्थन केले जाऊ लागले.

मुसोलिनी

बेनिटो मुसोलिनीला इटलीतील फॅसिझमचा जनक समजण्यात येते. तो पहिल्यांदा समाजवादी विचारसरणीचा होता. पहिल्या महायुद्धानंतर इटलीतील श्रीमंत वर्ग सोडून इतर वर्गांना समाजवादाचे आकर्षण वाटत होते. परंतु त्या संघटनेचे युद्धविरामाचे धोरण

बेनिटो मुसोलिनीसारख्या मध्यमवर्गीय नेत्याला आवडले नाही. त्याने पक्ष सोडून युद्धात भाग घेतला. युद्ध संपताच 'फॅसिस्ट' संघटना सुरू केली. काळा गणवेश, 'फॅसिस' हे प्रतीक, संचलन, समूहगीते, प्राचीन रोमन इतिहासाचा अभिमान यांचा उपयोग करून कामगार, असंतुष्ट मध्यम वर्ग, निवृत्त सैनिक आणि श्रीमंत वर्ग या सर्वांनाच त्याने संघटित केले. दिशाहीन इटलीला मुसोलिनीने दिशा दाखविली. १९२२ च्या ऑक्टोबर महिन्यात २०,००० गणवेशधारी अनुयायांचा एक प्रचंड मोर्चा राजधानी रोमवर नेला. दुर्बल लोकशाही शासन, त्याहून दुर्बल नेतृत्व, पराभूत मनोवृत्तीचा कारभार यामुळे राजाने मुसोलिनीच्या हाती सत्ता सोपविली.

सत्ता हाती आल्यावर मुसोलिनीने 'फॅसिस्ट' पद्धतीने सत्तेचे केंद्रीकरण करून ती कायम हाती राहील असे प्रयत्न केले. निवडणुकीचे नियम आणि यंत्रणेत आपल्या पक्षाला अनुकूल असे बदल करून घेतले. सर्व उपाय योजून विरोध मोडून काढला. खून, तुरुंग, खोटे आरोप यांचे सत्र सुरू झाले. समाजवादी नेता मॅटिओटी यास ठार करण्यात आले. फॅसिस्टांना विरोध हा गुन्हा बनला. फॅसिझमला विरोध म्हणजे देशद्रोह ठरला. वृत्तपत्रे, माहिती आणि नभोवाणी या साधनांवर कडक निर्बंध घातले गेले. अशारीतीने कायदा आणि धाक यांच्या बळावर मुसोलिनीने सर्वांचा बंदोबस्त करून सर्व सत्ता आपल्या हाती केंद्रित केली. तो सर्वसत्ताधीश बनला. विधिमंडळाला जबाबदार राहण्याऐवजी दुर्बल राजाला जबाबदार राहून तो वास्तव सत्ताधीश बनला. इटलीतील या सत्तांतराबरोबर 'फॅसिझम' या विचारप्रणालीचा उदय झाला.

अ) फॅसिझमच्या उदयाची कारणे (Factors Resonsible for the Rise of Fascism)

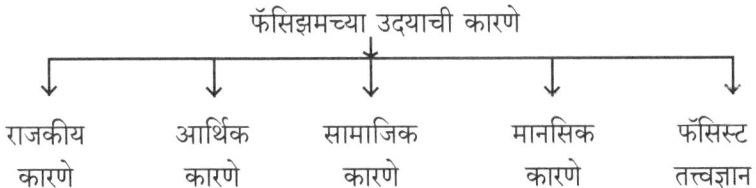

फॅसिझमच्या उदयाची कारणे

- राजकीय कारणे
- आर्थिक कारणे
- सामाजिक कारणे
- मानसिक कारणे
- फॅसिस्ट तत्त्वज्ञान

फॅसिझमच्या उदयाची पार्श्वभूमी लक्षात घेतल्यावर त्याच्या उदयाची कारणे सहज लक्षात येतात. दोस्त राष्ट्रांशी गुप्त करार करून इटलीने दोस्तांच्या बाजूने पहिल्या महायुद्धात भाग घेतला होता. परंतु युद्धोत्तर करारात दोस्तांनी इटलीला काही दिले नाही. पराभूत राष्ट्रांपेक्षाही इटलीची परिस्थिती बिकट झाली. युद्धापूर्वीचा इटली आणि युद्धानंतरचा इटली यात फरक निर्माण झाला. युद्धापूर्वी इटली हा देश उद्योगधंदे, विज्ञान आणि तंत्रज्ञानाच्या बाबतीत विकसित होता. इटलीची आर्थिक परिस्थिती भांडवलशाही

देशाची जशी असावी तशी होती. राजकीयदृष्ट्या लोकशाही शासनव्यवस्था आणि व्यक्तिस्वातंत्र्य इटलीत होते. जागतिक शांततेतील आपला वाटा उचलण्याच्या भावनेने तसेच लोकशाहीचे रक्षण करण्यासाठी इटली दोस्त राष्ट्रांच्या बाजूने युद्धात उतरलेला देश होता. परंतु युद्धोत्तर काळात निर्माण झालेल्या परिस्थितीमुळे इटलीस 'फॅसिस्ट विचार' आणि 'फॅसिस्ट नेतृत्व' निर्माण झाले.

इटलीतील फॅसिझमच्या उदयाची कारणे खालीलप्रमाणे सांगता येतात –

१) राजकीय कारणे : लोकशाहीच्या अपयशातून फॅसिझमचा जन्म होतो असे काही विचारवंतांचे म्हणणे असले तरी इटली, जपान, जर्मनी आणि अर्जेन्टिना या सर्व फॅसिस्टवादी देशात तसेच झाले आहे असे नाही. इटलीत मात्र तसे झाले. परंपरागत राजसत्ता असली तरी इटलीत लोकशाही होती. व्यक्तिस्वातंत्र्यवादी विचार होता. युद्धोत्तर इटलीत लोकशाही, व्यक्तिस्वातंत्र्य या विचारांवरील विश्वास नष्ट झाला. वास्तविक पहिल्या महायुद्धानंतर स्वयंनिर्णयाच्या अधिकारानुसार अनेक स्वतंत्र राष्ट्रे निर्माण करून त्यांना लोकशाहीचा स्वीकार करायला लावण्यात दोस्त राष्ट्रांना यश आले होते. इटलीत मात्र लोकशाहीचे असलेले वातावरण नष्ट झाले. लोकशाहीच्या अपयशातून फॅसिस्टवादाकडे आकर्षित झालेले आधुनिक राष्ट्र म्हणून इटलीचा विचार करावा लागतो.

युद्धोत्तर तहामधून इटलीचे सरकार काहीही मिळवू शकले नाही अशी इटलीतील नागरिकांची भावना झाली. विजयी राष्ट्रांबरोबर असूनही इटलीच्या वाट्याला मानखंडनाच आली. नागरिकांनी या अपयशाबद्दल सरकारला दोषी धरले. लोकशाही शासनाच्या पराभवामुळे लोकांच्या मनात त्या शासनाविषयी प्रतिकूल विचार निर्माण झाले.

२) आर्थिक कारणे : फॅसिझमच्या उदयाच्या कारणात राजकीय कारणांपेक्षा आर्थिक कारणे अधिक महत्त्वाची असल्याचे दिसून येते. युद्धपूर्व इटली औद्योगिकदृष्ट्या प्रगत होता. राजकीयदृष्ट्या लोकशाही आणि आर्थिकदृष्ट्या भांडवलशाही असलेल्या इटलीची युद्धोत्तर काळात फार वाईट अवस्था झाली. प्रचंड युद्धखर्च, परकीय कर्जाचा डोंगर, भाववाढ, टंचाई, चलनवाढ, संप, टाळेबंदी, तुटीचे अंदाजपत्रक अशा अनेक आर्थिक संकटांना इटलीला एकाच वेळी सामोरे जावे लागले.

भांडवलदार आणि कामगार यांचे संबंध बिघडून इटलीत रशियाप्रमाणे साम्यवादी चळवळ निर्माण होण्याचा धोका स्पष्ट झाला. कामगार आणि मजूर यांनी साम्यवादी चळवळीला पाठिंबा देण्यापूर्वीच मुसोलिनीच्या फॅसिझमला भांडवलदार वर्गाने पाठिंबा दिला. स्वत: मुसोलिनीने बदलत्या परिस्थितीनुसार धोरण स्वीकारून फॅसिस्ट चळवळीला अनुकूल असे वातावरण निर्माण केले.

३) सामाजिक कारणे : युद्धोत्तर इटलीतील सामाजिक बदलही फॅसिझमच्या

उदयाला कारणीभूत ठरले. औद्योगिक इटलीतील भांडवलदार आणि श्रीमंत वर्गाला साम्यवादी क्रांतीची भीती वाटत होती; तर कामगार आणि शेतमजुरांना साम्यवादी क्रांतीसाठी संघटित व्हावे, असे वाटत होते. मध्यम आणि कनिष्ठ मध्यम वर्गाला लोकशाही आणि व्यक्तिस्वातंत्र्याचे आकर्षण होते. परंतु युद्धोत्तर काळात सगळ्याच वर्गांच्या मूल्यांवर आघात झाला होता. अशा परिस्थितीत समाजातील सर्व वर्गांना पटेल असा विचार आणि धोरण ठरविणारा पक्ष आणि नेतृत्व निर्माण होणे आवश्यक होते. सर्व वर्गांचा पाठिंबा मिळविण्यासाठी त्यांच्यात विश्वासाचे वातावरण निर्माण करणे हे महत्त्वाचे कार्य होते. श्रीमंत आणि भांडवलदारांना त्यांच्या संपत्तीची आणि उद्योगधद्यांची काळजी वाटत होती. मध्यम आणि कनिष्ठ मध्यम वर्गाला श्रीमंतांचा हेवा आणि कामगार आणि मजुरांची भीती वाटत होती तर कामगार, मजूर आणि अन्य श्रमजीवी वर्गाला युद्धोत्तर परिस्थितीचा लाभ उठवावासा वाटत होता. लष्कराला शिस्त, ऐक्य आणि सुरक्षितता निर्माण होणे आवश्यक वाटत होते. मुसोलिनीने सर्वच वर्गाचे हितसंबंध सुरक्षित ठेवण्यासाठी फॅसिझमचा पुरस्कार केला. इटलीप्रमाणे जर्मनीत हिटलर आणि त्याच्या नाझी पक्षानेही तेच धोरण स्वीकारले.

४) मानसिक कारणे : आर्थिकदृष्ट्या दुर्बल, राजकीयदृष्ट्या अस्थिर आणि सामाजिकदृष्ट्या विस्कळीत झालेल्या समाजाचे मानसशास्त्र काही वेगळेच असते. काहीतरी परिवर्तन होऊन आपले प्रश्न सुटावेत असे सर्वांना वाटत असते; अशा परिस्थितीत सत्तेच्या केंद्रीकरणाला पाठिंबा दिला जातो. परिवर्तन घडवून आणणाऱ्या जबरदस्त नेतृत्वाची समाज वाटच पाहत असतो. समाजातील काही व्यक्तींना मुळातच हुकूमशाहीचे आकर्षण असते. ते अशा विचारांना आणि नेतृत्वाला उघड पाठिंबा देऊ लागतात. एकदा हुकूमशाही आली की सगळे कसे सुटतील असे त्यांना वाटत असते. परावलंबनात वाटणारी सुरक्षितताही फॅसिस्ट विचारांना चालना देते. नेता, राष्ट्र, शिस्त, सामर्थ्य, अपमानाचा बदला, स्वसमाजाचे श्रेष्ठत्व अशा विचारांनी भारावलेल्या व्यक्ती फॅसिझमसारख्या विचारांमागे स्वाभाविकपणे उभ्या राहतात. युद्धोत्तर इटलीच्या समाजाची मन:स्थिती लक्षात घेतल्यास फॅसिझमच्या उदयाची ही कारणे सहज लक्षात येतात. मुसोलिनी आणि हिटलर यांनी व्यक्ती आणि समाजमनाचा सत्ता हस्तगत करण्यासाठी आणि सत्तेचे केंद्रीकरण करण्यासाठी या मानसिक कारणांचा उपयोग करून घेतला.

५) फॅसिस्ट तत्त्वज्ञान : फॅसिझमच्या उदयामागे कोणतेच तत्त्वज्ञान नव्हते असा एक समज आहे. परंतु तो बरोबर नाही. एकोणिसाव्या शतकात निर्माण झालेली विविध तत्त्वे व विचार यांच्यामुळे विसाव्या शतकातील राजकीय विचारप्रणाली निर्माण झाल्या हे जर खरे असेल तर फॅसिस्ट विचारसरणी निर्माण करण्याचे श्रेय युरोपातील 'आदर्शवादाकडे'

जाते असे म्हणता येईल. थॉमस हिल, ग्रीन ब्रॅडले आणि बोझांके हे त्या शतकातील इंग्लंडमधील आदर्शवादी, तर इमॅन्युयल कांट आणि हेगेल हे जर्मनीतील आदर्शवादी. मुसोलिनी आणि हिटलर या दोन्हीही फॅसिस्टवाद्यांनी एकोणिसाव्या शतकातील आदर्शवादी विचारवंतांच्या सिद्धान्तांचा, त्यांच्या विचारांचा त्यांनी व्यावहारिक उपयोग करून घेतला. १९२७ च्या कामगार सनदेमध्ये मुसोलिनीने केलेले राज्याचे वर्णन हे याचे सहज प्रमाण म्हणता येईल. तो म्हणतो, ''फॅसिस्ट राज्याला स्वतःची इच्छाशक्ती असते. त्यामुळे त्याचे स्वरूप नैतिक बनते. राज्य हे केंद्रीय असून त्याचे ध्येय, अस्तित्व आणि साधने, व्यक्ती किंवा व्यक्तीसमूहापेक्षा श्रेष्ठ असतात. फॅसिझममध्ये राज्य सर्वंकष असून व्यक्ती आणि व्यक्तिसमूह सापेक्ष असतात. व्यक्ती राज्याच्या विरुद्ध असू शकत नाहीत.'' राज्याविषयीचा हा विचार आदर्शवादाचेच अपत्य आहे, असे म्हणता येईल. 'विरघळणारे पदार्थ जसे पाण्यात मिसळून जातात तसे व्यक्तीने राज्याशी एकरूप व्हावे.' 'राज्य म्हणजे समूहजीवनाचा सर्वश्रेष्ठ आविष्कार.' 'राज्यापेक्षा श्रेष्ठ, राज्यापेक्षा अन्य किंवा राज्याहून वेगळे काहीही असू शकत नाही.' 'राज्य म्हणजे भूतलावर झालेले परमेश्वराने संचलन.' 'राज्य ही एक चित्शक्ती असून ती सर्वश्रेष्ठ असते.' अशा स्वरूपाची अनेक वाक्ये मुसोलिनीच्या भाषणातून आणि लेखनातून आढळतात. हिटलरची भाषणेही अशा प्रकारच्या वाक्यांनी भरलेली असत.

एकोणिसाव्या शतकातील डार्विनचा जीवउत्क्रांतीचा सिद्धान्तदेखील फॅसिझमला पोषक ठरला. उत्क्रांतीच्या प्रक्रियेमध्ये जगण्यास योग्य आणि लायक तेच टिकतात. बाकीचे नाहीसे होतात हा डार्विनचा सिद्धान्त मुसोलिनीने समाजातील व्यक्तींना लावला. बुद्धीने श्रेष्ठ आणि बलवान व्यक्तीकडे समाजाचे नेतृत्व जाणे हे स्वाभाविक असून 'बळी तो कान पिळी' हा निसर्गनियमच आहे, असे फॅसिस्ट तत्त्वज्ञान मानते. आंतरराष्ट्रीय संघर्षात तग धरणे, टिकाव लागणे आणि श्रेष्ठ ठरणे हे फॅसिस्ट राष्ट्राचे ध्येय असते.

वास्तविक आदर्शवादाचा बुद्धिवादाला विरोध नसतो. परंतु फॅसिझमला बुद्धिवादाचे वावडे दिसते. नीत्शे, सोरल, विल्यम जेम्स आणि परेटो हे बुद्धिवादविरोधी विचारवंत म्हणता येतील. मानवाच्या भावना या त्याच्या बुद्धीपेक्षा श्रेष्ठ असून भावनांना स्पर्श केल्यास माणसाच्या हातून मोठे कार्य घडवून आणता येते, असे फॅसिस्टवाद्यांना वाटते. 'बुद्धीपेक्षा भावना श्रेष्ठ आणि भावनेपेक्षा कर्तव्य श्रेष्ठ' या विचारक्रमाने व्यक्तीला कार्यप्रवण करावे हा फॅसिझमचा प्रयत्न दिसतो.

वांशिक शुद्धता आणि वांशिक श्रेष्ठत्व हेही फॅसिझमचे एक तत्त्व दिसून येते. वंशश्रेष्ठतेचा विचार सर्वच समाजात प्राचीन काळापासून केलेला आढळतो. परंतु वंश श्रेष्ठत्वाचा सामाजातील अन्य वंशीयांचा द्वेष करण्यासाठी उपयोग करणे हे फॅसिझमचेच

प्रमुख लक्षण दिसते. मुसोलिनीपेक्षा हिटलरने वंशश्रेष्ठत्वाची कल्पना अशा हेतूसाठी राबविली. जर्मन नागरिकांना शुद्ध आर्य मानून त्याने जर्मनेतरांचा, विशेषत: ज्यूंचा, द्वेष केला. मुसोलिनीने प्राचीन रोमन साम्राज्य आणि रोमन संस्कृतीचे श्रेष्ठत्व हे आदर्श इटलीच्या नागरिकांपुढे ठेवले.

वरीलपैकी विशिष्ट एका कारणामधून इटलीत फॅसिझम निर्माण झाला असे म्हणता येणार नाही. राजकीय कारणे, आर्थिक कारणे, सामाजिक, मानसिक किंवा तात्त्विक कारणे यांपैकी कोणत्या कारणांचा परिणाम अधिक झाला हेही निश्चित सांगता येणार नाही. युद्धोत्तर काळात निर्माण झालेल्या राजकीय, आर्थिक आणि सामाजिक कारणांना मानसिक आणि तात्त्विक कारणांची जोड मिळाली आणि इटलीने फॅसिझमचा स्वीकार केला.

ब) फॅसिझमची तत्त्वे (Principles)

फॅसिझम ही सलग, सुसंबद्ध आणि सुस्पष्ट अशी विचारसरणी नाही. अर्थातच फॅसिझमची मूळ तत्त्वेही स्पष्टपणे सांगता येतील असे नाही. तत्त्वांपेक्षा व्यवहार अधिक असलेल्या फॅसिझमची लक्षणे किंवा वैशिष्ट्ये खालीलप्रमाणे सांगता येतात.

१) बुद्धिवादविरोधी विचार

प्रत्येक व्यक्तीकडून आज्ञेचे पालन ही फॅसिझमची अपेक्षा असल्यामुळे बुद्धिवाद फॅसिझममध्ये बसत नाही. सामान्य व्यक्तींना राष्ट्रीय प्रश्नांचे आकलन होत नाही म्हणून त्यांनी राज्यावर श्रद्धा ठेवावी आणि त्याच्या आज्ञा पाळाव्यात अशी फॅसिझमची अपेक्षा असते. चर्चा आणि विचारपरिवर्तनाची पद्धतीही फॅसिझममध्ये बसत नाही. मानवी मनावर सतत एकच विचार बिंबवून सगळ्यांना त्याच विचाराप्रमाणे वागायला भाग पाडणे यावर फॅसिझमचा विश्वास दिसतो. ''कृती हा माझा कार्यक्रम आहे, बडबड नाही.'' असे मुसोलिनी म्हणत असे. चर्चा आणि वादविवाद यांमधून लोकांनी बाहेर पडले पाहिजे असे त्याला वाटत असे. बुद्धिवादामुळे जनसामान्यांचा बुद्धिभेद होऊन ऐक्य नाहीसे होते असे फॅसिझमला वाटत होते. स्वतंत्र विचार आणि बुद्धीपेक्षा राष्ट्रावर आणि राष्ट्रपुरुषावर श्रद्धा असणे हे फॅसिझमचे प्रमुख लक्षण होय. 'राष्ट्र हीच आमची श्रद्धा आणि आमची श्रद्धा हेच आमच्या राष्ट्राचे श्रेष्ठत्व!' बुद्धिवादाला विरोध करून आणि श्रद्धेला महत्त्व देऊन सामान्य नागरिकांची निष्ठा फॅसिस्ट नेत्यांनी मिळविली.

२) व्यक्तिस्वातंत्र्य आणि समतेच्या विरोधी विचार

पहिल्या महायुद्धापूर्वी इटलीत लोकशाहीची तत्त्वे रुजली होती. परंतु युद्धोत्तर इटलीचा त्या तत्त्वांवरील विश्वास उडाला. व्यक्तिस्वातंत्र्य, समता हे कृत्रिम विचार

असून बंधने आणि विषमता हे नैसर्गिक विचार आहेत असे फॅसिस्टांचे म्हणणे आहे. निसर्गत: माणसामाणसांत काही फरक असतात. परंतु काही फरक हे केवळ मनुष्यनिर्मित असतात. मनुष्यनिर्मित भेद नाहीसे करणे हे महत्त्वाचे कार्य आहे. प्रत्येकाची शारीरिक आणि बौद्धिक कुवत वेगळी असते किंवा आनुवंशिकदृष्ट्याही प्रत्येक व्यक्ती वेगळी असण्याची शक्यता असते. परंतु प्रत्येकाला आपल्या बुद्धीचा आणि शारीरिक कुवतीचा उपयोग करून आपला सर्वांगीण विकास साधण्याची संधी मिळाली पाहिजे. फॅसिझमचा अशा स्वातंत्र्याला विरोध आहे. सर्व प्रकारची विषमता ही नैसर्गिकच आहे असे मान्य केल्यावर स्वातंत्र्याचा आणि समतेचा प्रश्नच निर्माण होत नाही. समाजात काही व्यक्ती बुद्धिवान असतात तर काही बलवान; तसेच काहींच्या ठिकाणी मनोधैर्य असते तर काहींच्या ठिकाणी नीतिधैर्य. सगळे गुण सगळ्यांकडे नसतात. किंबहुना, सर्व गुण असलेल्या अगदी थोड्या व्यक्तींच्या हातात समाजाची आणि राज्याची सत्ता एकवटणे हेच सामान्यांच्या हिताचे असते. सिंहामध्ये जसा अनेक गुणांचा समुच्चय झालेला असतो तसा एखाद्या लोकोत्तर पुरुषाच्या ठिकाणी सर्व गुण दिसून येतात. समता हे तत्त्व त्यामुळेच खरे नाही असे फॅसिस्टांना वाटते.

३) हिंसेचा स्वीकार

फॅसिझमने हिंसेचा स्वीकार केला. सत्ता मिळविणे आणि टिकविणे यासाठी हिंसा आणि दहशतीचे मार्गच यशस्वी होतात अशी मुसोलिनी आणि हिटलर यांची धारणा होती. १९२० ते १९२५ हा फॅसिझमचा काळ हा संपूर्णपणे हिंसा आणि दहशतीचा काळ होता. या मार्गाला त्या काळात कायद्याचे अधिष्ठान प्राप्त झाले होते. वृत्तपत्रांवरील निर्बंध, विरोधकांना नाहीसे करण्यासाठी दहशत, लोकप्रतिनिधींना प्रतिनिधित्व सोडण्यासाठी दिलेल्या धमक्या, खून, जबरदस्ती इत्यादी हिंसक मार्गांचा फॅसिस्टांनी या काळात वापर केल्याचे दिसून येते.

४) सर्वंकष राज्य

राज्य हे सर्वंकष असते. ते हुकूमशाहीसारखे नसून हुकूमशाही हे त्याचे एक लक्षण होऊ शकेल. हुकूमशाही व्यवस्थेत हुकूमशहाची इच्छा म्हणजे कायदा; तो सर्वांनी पाळला पाहिजे; कर वेळेवर भरले पाहिजेत, राज्याला विरोध करता कामा नये, इत्यादी अपेक्षा असतात. फॅसिझममध्येही हे सगळे असतेच! परंतु फॅसिझम ही जीवनपद्धती आहे. व्यक्तीच्या संपूर्ण जीवनावरच फॅसिस्ट राज्यपद्धती अधिकार सांगते. विशिष्ट कायद्यांचे पालन यापेक्षाही व्यक्तीच्या सर्वस्वाचा ताबा राज्याकडे असला पाहिजे, यावर या विचाराचा भर दिसून येतो.

फॅसिस्ट राज्यव्यवस्थेत राज्य आणि व्यक्ती यांच्या संबंधाबाबत असे दिसून येते

की, राज्य हे साध्य असून व्यक्ती या केवळ साधन असतात. राज्याचे ध्येय हे सर्व व्यक्तींचे समान ध्येय असून व्यक्तीला स्वतंत्र ध्येय, स्वतंत्र इच्छाआकांक्षा असत नाहीत. राज्याच्या ध्येयात व्यक्तीचे ध्येय समाविष्ट झालेले असते. राज्य सार्वभौम, सर्वशक्तिमान, सर्वसमावेशक असे असल्यामुळे व्यक्तीच्या स्वतंत्र अस्तित्वाचा प्रश्न उद्‌भवत नाही. व्यक्तीला स्वातंत्र्याऐवजी कर्तव्ये असतात आणि त्यांचे पालन करण्यातच राष्ट्राचे आणि व्यक्तीचेही हित असते. कर्तव्य, शिस्त आणि त्याग यांची व्यक्तींकडून राज्याची अपेक्षा असते. सर्वकाही राज्य असून राज्याबाहेर, राज्यविरोधी किंवा राज्यापेक्षा श्रेष्ठ असे काहीही असूच शकत नाही असा फॅसिस्ट विचार असल्यामुळे फॅसिस्ट राज्य सर्वंकष असते.

५) समाजश्रेष्ठींना महत्त्व

फॅसिझम ही विषमतेवर आधारित असलेली व्यवस्था आहे. काही थोड्याच व्यक्तींच्या ठिकाणी सर्वश्रेष्ठ गुण आढळतात म्हणून अशा थोड्या निवडक लोकांच्या हाती राज्याची सत्ता असावी. त्या व्यक्ती सर्वश्रेष्ठ नेत्यावर विश्वास ठेवणाऱ्या आणि त्याच्यासाठी आपल्या सर्वस्वाचा त्याग करणाऱ्या असाव्यात. त्यांचा सर्वश्रेष्ठ नेत्याशी असलेला संबंध हे सामान्य व्यक्तींच्या दृष्टीने आदर्श उदाहरण ठरावे अशी फॅसिस्ट विचाराची अपेक्षा असते.

समाजश्रेष्ठांची कल्पना ही फॅसिझममध्ये आढळून येते असे नाही तर अगदी प्राचीन राज्यातही श्रेष्ठींच्या सत्तेला महत्त्व दिले गेल्याचे आढळते. प्राचीन भारतात राज्याचे श्रेष्ठी आणि राजा यांच्या संबंधाना महत्त्व असे. प्लेटोनेही तत्त्वज्ञानी राज्यकर्त्यांची कल्पना समाजश्रेष्ठी म्हणूनच महत्त्वाची मानली. परंतु फॅसिस्टांची समाजश्रेष्ठींची कल्पना थोडी वेगळी आहे. ती म्हणजे राष्ट्रपुरुषाजवळील निवडक व्यक्ती; अशा व्यक्ती म्हणजे राष्ट्रराज्याच्या सार्वभौम सत्तेचे प्रतीक होत.

६) वंशश्रेष्ठत्वाची कल्पना

फॅसिस्ट विचारात वंशश्रेष्ठत्वाच्या कल्पनेचा स्वीकार आहे. आधीच व्यक्ती आणि कुटुंबांना आपण श्रेष्ठ आणि शुद्ध वंशाचे आहोत असे वाटत असते. त्यात नेते असलेल्या व्यक्तींनी वंशश्रेष्ठत्वामुळे निर्माण होणारा स्वाभिमान निर्माण केला तर मग ती भावना फारच जोमाने वाढीस लागते. मुसोलिनीने इटलीचे प्राचीनत्व आणि हिटलरने नॉर्डिक आर्य वंशाचे श्रेष्ठत्व हे आपापल्या समाजावर पद्धतशीरपणे बिंबविले. वंशश्रेष्ठत्वाच्या कल्पनेने पछाडलेला समाज सर्व जगावर वर्चस्व निर्माण करण्याची महत्त्वाकांक्षा बाळगतो. सर्व राष्ट्रे ही वंशशुद्ध राष्ट्राची गुलाम असली पाहिजेत असे त्याला वाटू लागते. मुसोलिनीपेक्षा हिटलरने वंशश्रेष्ठत्वाची कल्पना जोरदारपणे उचलून

धरली होती. जर्मनीतील ज्यूंचा छळ त्याने वंशश्रेष्ठत्वाच्या तत्त्वाचा प्रचार करून केला. वंशश्रेष्ठत्वाच्या विचाराने पछाडलेला समाज कोणत्याही त्यागास तयार होतो. इतर वंशीयांना हीन मानणे हेही वंशश्रेष्ठत्व आणि वंशशुद्धतेचे एक लक्षण समजले जाते.

७) स्त्री–पुरुष भेद

व्यक्तीव्यक्तीतील समतेच्या तत्त्वाला विरोध असणारा फॅसिझम स्त्री–पुरुषामध्येदेखील फरक करतो. निसर्गत:च स्त्री ही पुरुषापेक्षा दुर्बल असून स्त्री आणि पुरुष यांच्या कामांची विभागणी निसर्गत:च झालेली असते. राज्यकारभार, प्रशासन, सैनिकी सेवा इत्यादी बाबतीत स्त्रियांना स्थान नसणेच योग्य. स्त्रियांनी उत्तम नागरिक निर्माण करण्यासाठी विवाहबद्ध होऊन संसार करावा. चूल आणि मूल हेच त्यांचे खरे स्थान असा फॅसिस्ट विचार दिसतो. स्त्रियांनी काय करावे आणि काय करू नये याचा फॅसिझम अतिरेकी विचार करते. स्त्रिया जर शिक्षिका झाल्या तर मुले कोमल मनाची बनतील अशी फॅसिस्टांना भीती वाटते. शारीरिक सामर्थ्याचा विचार फॅसिझममध्ये प्रामुख्याने असल्यामुळे आणि स्त्री ही शारीरिकदृष्ट्या पुरुषापेक्षा दुर्बल असते, असा फॅसिझमचा समज असल्यामुळे स्त्री–पुरुष भेद हे फॅसिझमचे लक्षण ठरते.

स्त्री–पुरुष भेद हे केवळ फॅसिझमवादाचेच लक्षण आहे असे नाही तर आधुनिक विज्ञान आणि तंत्रज्ञानाच्या विकासाच्या काळापर्यंत सर्व समाजात स्त्री–पुरुष भेद केला गेला आहे. फॅसिझम त्याला अपवाद नाही. फॅसिस्ट राज्यासाठी फॅसिस्ट कुटुंबे निर्माण करणे हे फॅसिस्टांना गरजेचे वाटले असावे. म्हणूनच पुरुषप्रधान संस्कृतीला ते महत्त्व देतात.

८) आत्यंतिक राष्ट्रवाद

समाज म्हणजेच राष्ट्र आणि राष्ट्र म्हणजेच समाज असा फॅसिस्टांचा विचार दिसतो. राष्ट्र आणि राज्य यामध्येही फॅसिझम फरक करीत नाहीत. राष्ट्रराज्य या आधुनिक संकल्पनेचाही ते उपयोग करीत नाहीत. 'राष्ट्र' या एकाच कल्पनेभोवती फॅसिस्ट विचार फिरत असतो. राज्य ही राष्ट्राची सेंद्रिय कल्पना असून त्याचे सार्वभौमत्व निरंकुश असते, तसेच ते नैतिक आणि कायदेशीर असते, अशी त्यांची कल्पना आहे. राष्ट्राचे सामर्थ्य हा फॅसिस्ट राष्ट्रवादाचा महत्त्वाचा भाग आहे. सामर्थ्य हे अंतर्गत आणि बाह्यदृष्ट्या असले पाहिजे. अंतर्गतदृष्ट्या सर्व व्यक्ती आणि व्यक्तिसमूह राष्ट्रापेक्षा दुय्यम असतात. राष्ट्र हे साध्य आणि व्यक्ती हे साधन आहे. बाह्यदृष्ट्या सामर्थ्य मिळविण्यासाठी युद्धाची तयारी गरजेची असते. युद्धाचा हेतू राष्ट्राचे रक्षण, राष्ट्राची वाढ आणि राष्ट्राचे आंतरराष्ट्रीयदृष्ट्या वर्चस्व निर्माण करणे होय. राष्ट्राच्या या हितासाठी राष्ट्रापेक्षा सर्व लहान व्यक्तिसमूहांचे हितसंबंध नष्ट करणे किंवा राष्ट्रातील श्रेष्ठ अशा

नागरिकांना बळी देणे ही गोष्ट फॅसिझमला योग्य आणि नैतिक वाटते.

राष्ट्रसामर्थ्यासाठी युद्ध करायचे म्हणजे शस्त्रसज्ज आणि शिस्तबद्ध सैन्याची उभारणी करावी लागणारच. प्रचंड सैन्यखर्चही पाठोपाठ आलाच. फॅसिस्ट विचारात लष्कराला अनन्यसाधारण महत्त्व आहे. प्रत्येक पुरुष नागरिकाने सैनिकी शिक्षण घेऊन राष्ट्रकार्य करण्यास तयार असावे. युद्ध ही नैसर्गिक बाब मानून राष्ट्रासाठी प्राणांची आहुती द्यायला नागरिकांनी सतत उत्सुक असावे. आत्मसमर्पणासाठी उत्सुक असणे हा फॅसिस्टवादी व्यक्तीचा आदर्श आहे.

राष्ट्रावर प्रेम म्हणजे राष्ट्राचा इतिहास, राष्ट्राचे भोगौलिक स्वरूप, संस्कृती आणि परंपरा यावर प्रेम. वंशश्रेष्ठत्वाचा अभिमान, नेत्याचा अभिमान ही फॅसिस्ट राष्ट्रवादाची लक्षणे म्हणता येतील. राष्ट्रासाठी बलिदान म्हणजे राष्ट्राचे श्रेष्ठ नागरिक हा आत्यंतिक विचार म्हणजे 'फॅसिस्ट राष्ट्रवाद' होय.

९) आंतरराष्ट्रवादास विरोध

राष्ट्राराष्ट्रांतील सहकार्य ही कल्पना फॅसिझमला मान्य नाही. अर्थातच आंतरराष्ट्रीय संबंधातील राष्ट्राराष्ट्रांचे समान स्थानही फॅसिझमला मान्य नाही. काही व्यक्ती जशा बलवान असतात तशी राष्ट्रे बलवान असतात. त्यांनी दुर्बल राष्ट्रांवर आक्रमण करून त्यांना नष्ट करणे आणि आपल्यात सामावून घेणे हे स्वाभाविक आहे. दुर्बलांचे अस्तित्व ही अनैसर्गिक गोष्ट असून सबलांनी ते नाहीसे करणे हे नैसर्गिक आहे. आंतरराष्ट्रीय संबंधांचा आधार म्हणजे आंतरराष्ट्रीय कायदा. त्यालाही फॅसिझमचा विरोध आहे. कारण आंतरराष्ट्रीय कायदा हा युद्धविरोधी असून तो दुर्बल देशांना समानतेची वागणूक देतो. राष्ट्रसंघ या युद्धोत्तर आंतरराष्ट्रीय संघटनेला फॅसिझमचा विरोध होता. इटली आणि जर्मनी या देशांनी आंतरराष्ट्रीय कायदा मोडीत काढून राष्ट्रसंघ शक्तिहीन केला. त्यांच्या पाठोपाठ अनेक देश राष्ट्रसंघातून बाहेर पडले आणि दुसरे महायुद्ध सुरू झाले. १९३३ ते १९३८ या कालखंडात राष्ट्रसंघातून एकेक सभासद राष्ट्राबाहेर पडत गेले हे पाहिले तर जर्मनी आणि इटलीच्या आंतरराष्ट्रवादास असलेल्या विरोधाचे स्वरूप सहज लक्षात येते.

१०) लोकशाही आणि समाजवादास विरोध

स्वातंत्र्य, समता, बंधुता आणि न्याय या लोकशाही तत्त्वास फॅसिझमचा विरोध होता. या चार तत्त्वांपैकी बंधुता हे तत्त्व एका अर्थाने फॅसिझममध्ये बसणारे आहे. ते म्हणजे सर्व नागरिक एका वंशातील असल्यामुळे बंधुसमान आहेत. राष्ट्र हे साध्य असून व्यक्ती हे साधन आहे असे एकदा मानले की लोकशाहीचा पायाच नष्ट होतो.

लोकशाहीबरोबरच समाजवादासही फॅसिझमचा विरोध आहे. वास्तविक मुसोलिनी

आणि हिटलर या दोघांनीही काही काळ लोकशाही आणि समाजवादाला पाठिंबा दिला होता. परंतु त्या विचारांच्या मदतीने समाजातील विविध वर्गांना खूश करता येणे त्यांना शक्य नव्हते. मध्यम वर्गासाठी लोकशाही, कामगार आणि मजुरांसाठी समाजवाद, साम्यवाद; लष्करी अधिकाऱ्यांसाठी शिस्तबद्ध फॅसिझम असा विचार राबवण्याचा मुसोलिनीचा प्रयत्न होता. परंतु त्यास यश येण्याची शक्यता नाही असे दिसल्यावर त्याने लोकशाही आणि समाजवादाचे धोके स्पष्ट करायला सुरुवात केली. लोकशाहीत राष्ट्रराज्याऐवजी व्यक्तीला महत्त्व असते तर समाजवाद, साम्यवादात राज्य हे पिळवणुकीचे साधन असून ते नाहीसे होणेच योग्य आहे. थोडक्यात लोकशाही आणि समाजवादात असलेले राज्याचे दुय्यम स्थान फॅसिझमला अमान्य होते. अर्थातच फॅसिझमचा लोकशाहीला, समाजवादाला, साम्यवादाला तसेच व्यक्तिस्वातंत्र्यवादालाही विरोध आहे.

११) महामंडळात्मक राज्याची कल्पना

फॅसिस्ट राज्य हे महामंडळात्मक राज्य आहे. त्यात राज्याची सामाजिक, राजकीय आणि आर्थिक बाजू मांडली आहे. व्यक्ती, कुटुंब, अन्य सामाजिक संस्था, शिक्षण संस्था, शासन आणि राज्य या राजकीय संस्था तसेच आर्थिक संस्था या सर्वांना महामंडळात्मक राज्यात स्थान आहे. समाज हा अनेक गट, समूह, संस्था आणि संघटनात विभागलेला असतो. तसेच व्यवसायाच्या दृष्टीनेही समाजात शेतकरी, कामगार, नोकर, स्वतंत्र व्यवसाय करणारे, व्यापारी, उद्योगधंदे करणारे असे विविध लोक असतात. विविध व्यवसाय करणाऱ्यांचे संघ स्थापन करून ते राज्याच्या नियंत्रणाखाली आणणे हे कॉर्पोरेट राज्याचे उद्दिष्ट आहे.

सारांश

फॅसिझम ही विचारप्रणाली राष्ट्र, राष्ट्रवाद, राष्ट्रप्रेम एक नेतृत्व, लष्करीकरण, शिस्त, वंशश्रेष्ठत्व यांना महत्त्व देते. तर लोकशाही, समाजवाद, शांतता, सहकार्य, मानवतावाद, आंतरराष्ट्रवाद यांना नकार देते. अशा प्रकारे फॅसिझमची तत्त्वे सांगता येतात.

फॅसिस्ट सत्तेची साधने किंवा मार्ग

सत्ता मिळविण्यासाठी आणि मिळालेली सत्ता कायम टिकविण्यासाठी अनुकूल परिस्थिती निर्माण करण्यासाठी उभी केलेली चळवळ म्हणजे 'फॅसिझम' असा या विचारप्रणालीचा एक अर्थ आहे. जिजोवानी जेन्टिल आणि अल्फ्रोडो रोको यांनी फॅसिझमचा असा अर्थ घेतलेला दिसतो. सर्वंकष राज्याच्या निर्मितीसाठी सत्ता हस्तगत करण्याचे फॅसिस्टांचे पुढील मार्ग दिसून येतात.

१) दिव्यवलयांकित नेतृत्व : फॅसिझमचा नेतृत्वावर विश्वास असतो. मिळालेल्या सत्तेतून अधिकाधिक सत्ता हस्तगत करणे, त्यासाठी संधीचा फायदा घेणे, लोकांचा विश्वास संपादन करणे, हे नेत्याला करावे लागते. युद्धोत्तर इटलीत अस्तित्वात असलेल्या संस्थांचा आणि यंत्रणेचा उपयोग करूनच मुसोलिनीने सत्ता हस्तगत केली. काही दिवस पारंपरिक राजसत्ता ठेऊन त्याने राजाला दुय्यम नसलेले पंतप्रधानपद मिळविले. फॅसिस्ट सत्तेला अधिकार मिळाला. विशेषत: राजाच्या मृत्यूनंतर वारस ठरविण्याचा अधिकार फॅसिस्ट सत्तेला मिळाला. राजसत्ता 'ग्रॅन्ड कौन्सिल'वर अवलंबून राहिली. मुसोलिनीने आपले नेतृत्व आणि सत्ता वाढविण्यासाठी दुय्यम अधिकारी वारंवार बदलण्याचे सत्र सुरू ठेवले. सामान्य जनतेच्या मनावर त्याने प्रयत्नपूर्वक प्रभाव पाडला. विचार संसूचन आणि प्रचाराच्या बळावर त्याने आपले वेगळे स्थान निर्माण केले. फॅसिझम म्हणजे मुसोलिनी आणि मुसोलिनी म्हणजे फॅसिझम असे समीकरणच निर्माण झाले. संसदीय संस्था, फॅसिस्ट पक्ष संघटना, विद्यार्थी संघटना, आर्थिक संस्था इत्यादींवर त्याने आपल्या व्यक्तिमत्त्वाचा ठसा उमटवला. विशिष्ट परिस्थितीत मुसोलिनी आणि त्याचा फॅसिस्ट पक्ष यांच्या प्रभावाची एक लाटच निर्माण झाली. दिव्यवलयांकित नेतृत्वाचे हे असेच असते. ते पाहता पाहता निर्माण होते आणि सत्ता आणि अधिकाराच्या अत्युच्च शिखरावर पोचते. फॅसिस्ट विचारात तर त्याचा एक प्रभावी साधन म्हणूनच उपयोग केला जातो.

२) एकाच पक्षाची सत्ता : राजकीय पक्ष हे सत्ता मिळविण्याचे प्रभावी साधन असते. 'ग्रॅन्ड कौन्सिल ऑफ फॅसिझम'ला मिळालेल्या अधिकारांचा उपयोग फॅसिस्ट पक्षाच्या वाढीसाठी झाला. देशाची महत्त्वाची धोरणे ठरविण्याचा अधिकार त्या कौन्सिलला होता. फॅसिस्ट पक्षाच्या या केंद्राचा सेक्रेटरी आणि पक्षाचा सेक्रेटरी एकत्रपणे सर्व निर्णय घेत. पक्षशाखांचे देशव्यापी जाळे म्हणजे पक्षाच्या प्रचाराचे आणि जनसंपर्काचे दैनंदिन साधनच होते. व्यक्ती आणि व्यक्तिसमूहाच्या सामाजिक आणि राजकीय जीवनाचे अंग फॅसिस्ट पक्षाने व्यापून टाकले होते. शिक्षण, कला, क्रीडा, सांस्कृतिक अंग यावर फॅसिस्ट चळवळीचा प्रभाव निर्माण झाला. नोकऱ्या, रोजगार, कर्ज याविषयीचे निर्णयदेखील पक्षाकडून घेतले जात.

१९१७ ते १९२२ या काळात फॅसिस्ट पक्षाचे सभासदत्व लष्करातील निवृत्त अधिकारी आणि सैनिक यांना देण्यात आले; पुढे १९३० पर्यंत सभासदत्वासाठी अर्ज करणाऱ्या सर्वांना ते देण्यात आले; नंतर मात्र तरुणांच्या संघटनांमार्फतच सभासदत्व देण्यात आले. पक्षाची सत्ता प्रस्थापित करण्यासाठी फॅसिस्टांनी अनेक मार्गांचा अवलंब केला. पक्ष संघटना हे अशा रीतीने सत्तासंपादनाचे फार प्रभावी साधन ठरले.

३) दहशत : १९२५ सालापासून फॅसिस्ट पक्ष हे सत्तासंपादनाचे प्रभावी साधन होते. तत्पूर्वी म्हणजे १९२० ते १९२५ या पाच वर्षांच्या काळात दहशतीचे मार्ग हे प्रमुख साधन होते. खास न्यायालयांची स्थापना करून दडपशाहीला कायद्याचा पाठिंबा निर्माण केला गेला. राज्याच्या सुरक्षिततेच्या नावाखाली दडपशाही सुरू झाली. गृहखात्यानेही गुप्त पोलीस संघटनांचे जाळे पसरून राज्याचे शत्रू शोधून काढले. १९४३ मध्ये, दुसऱ्या महायुद्धाच्या काळात इटलीत फॅसिस्ट सैन्याविरुद्ध नागरिकांनी जे युद्ध पुकारले ते लष्कराच्या आणि गुप्त पोलिसांच्या दडपशाही आणि हिंसाचारामुळेच होय.

दहशतीच्या मार्गाने सत्ता संपादन करणे आणि दहशतीच्याच मार्गाने ती टिकविणे हा फॅसिस्टांच्या सत्तासंपादनाचा मार्ग आहे. तो सर्व फॅसिस्ट राष्ट्रांत अवलंबला गेला. परंतु इटली आणि जर्मनी या दोन देशात त्या मार्गावर विशेष भर दिसून येतो. विरोध मोडून काढण्यापेक्षा विरोधकांना नष्ट करणे, भीती निर्माण करणे, जगणे अशक्य करणे, धाक दाखविणे यावर फॅसिस्टांचा विश्वास दिसून येतो.

४) आर्थिक नियंत्रण : आर्थिक नियंत्रण हाही सत्तासंपादनाचा फॅसिस्ट मार्ग होता. इटली आणि जर्मनीपुरते पाहायचे झाल्यास असे दिसते की, पहिल्या महायुद्धानंतर आर्थिकदृष्ट्या गरिब झालेल्या वर्गांना संघटित करून अर्थोत्पादनासाठी काही करणे आवश्यक होते. उत्पादकांना राष्ट्राला आवश्यक असलेल्या वस्तूंचे उत्पादन करण्यासाठी प्रवृत्त करणे हेही तितकेच आवश्यक होते. फॅसिस्टांनी इटलीत दोन संस्था स्थापन करून आर्थिक नियंत्रण केले.

साधने

१) औद्योगिक पुनर्बांधणी संस्था : आर्थिक मंदीवर मात करणे हे या संस्थेचे प्रमुख कार्य होते. पुढे याच संस्थेने लष्करी साधने निर्माण करण्यासाठी कारखानदारांना प्रवृत्त केले. तिचे स्वरूप 'लष्करी ध्येय साध्य करण्यासाठी प्रयत्न करणारी संस्था' असे बनले. आर्थिक आणि औद्योगिक संस्थांचे नियंत्रण व औद्योगिक पुनर्बांधणी या संस्थेने केली तर फॅसिस्ट पक्षाने त्या संस्थेचे रूपांतर युद्धसाहित्यनिर्मिती करणाऱ्या संस्थेत केले.

२) आर्थिक मंडळे : आर्थिक आणि औद्योगिक नियंत्रणासाठी फॅसिस्ट शासनाने आर्थिक मंडळांची स्थापना केली. ही मंडळे कामगार संघटना आणि मालकसंघांना एकत्र आणत. शासकीय नोकरवर्गाकडून त्यांना राज्याची आर्थिक आणि औद्योगिक उद्दिष्टे समजावून सांगत, उत्पादकांना प्रोत्साहन देत. तज्ज्ञ, तंत्रज्ञ आणि निष्णात उत्पादकांचा गौरव करून त्यांच्यावर अधिकाधिक जबाबदाऱ्या टाकीत. औद्योगिक

संस्थानी लष्करी साहित्याचे अधिकाधिक उत्पादन करावे हा फॅसिस्टांचा त्यामागे हेतू असे.

औद्योगिक पुनर्बांधणी संस्था आणि आर्थिक मंडळे हे फॅसिस्ट राज्याचे सत्तासंपादनाचे महत्त्वाचे साधन होते. अशा रीतीने दिव्यवलयांकित नेतृत्व, एकाच पक्षाचे वर्चस्व, दहशत आणि आर्थिक नियंत्रण या चार मार्गांनी इटली, जर्मनी आणि अन्य देशातील फॅसिस्टांनी सत्ता प्राप्त केल्याचे दिसून येते.

क) संघप्रधान किंवा महामंडळात्मक राज्य (Corporate State)

मुसोलिनी असे मानीत असे की संपूर्ण राष्ट्रावर एका राजकीय पक्षाची निरंकुश सत्ता ही गोष्ट मानवी इतिहासाला नवी असून तो प्रयोग प्रथम इटलीत झाला. फॅसिस्ट राज्य हे सर्वंकष राज्य असते. नेतृत्व, विचारसरणीमुळे प्रभावित होऊन कार्यरत बनलेला राजकीय पक्ष, हिंसा आणि सर्व व्यक्तींवर राज्याचा (राज्यकर्त्या गटाचा) संपूर्ण हक्क ही फॅसिस्ट राज्याची प्रमुख लक्षणे म्हणता येतील. मुसोलिनीच्या मताप्रमाणे, ''राज्य निरंकुश असते, व्यक्ती सापेक्ष असतात; व्यक्ती आणि व्यक्तिसमूह जोपर्यंत राज्याच्या आड येत नाहीत तोपर्यंतच त्यांचे अस्तित्व राहू शकते.''

फॅसिस्ट राज्यात राजकीय पक्ष सर्वांत महत्त्वाचा असतो. तो फॅसिस्ट विचारप्रणालीशी प्रामाणिक आणि एकरूप झालेला असतो. समाजात शिस्त निर्माण करून फॅसिस्ट विचारसरणीबाबत नागरिकांना जबाबदार बनविणे हे फॅसिस्ट पक्षाचे ध्येय मानले जाते. पक्षशिस्तीच्या नावाखाली दहशत निर्माण करून आपला धाक बसविण्यासाठी काही नागरिकांच्या पक्षविरोधी कारवायांची चौकशी करून त्यांना ठार मारण्यासाठी फॅसिस्ट पक्षाने प्रशिक्षीत पथके निर्माण केली होती.

सर्वंकष राज्याबरोबरच फॅसिस्टांनी महामंडळात्मक राज्याची कल्पना मांडली.

राजकीयदृष्ट्या फॅसिझमचा व्यक्तिस्वातंत्र्य आणि लोकशाहीला विरोध होता, तसा तो आर्थिकदृष्ट्या भांडवलशाहीला आणि समाजवाद साम्यवादालाही दिसून येतो. मुसोलिनीपुढे असलेले प्रश्नच असे होते की याला लोकशाही, समाजवाद, साम्यवाद, भांडवलशाही, यांपैकी कशाचाही स्वीकार करता येणे शक्य नव्हते. मालक आणि कामगार, जमीनदार आणि शेतमजूर, श्रीमंत वर्ग, व्यावसायिक, सैनिकी अधिकारी आणि शिपाई या सगळ्यांना बरोबर घेऊ शकेल अशी एक नवी व्यवस्था त्याला निर्माण करायची होती. त्याच्या महामंडळात्मक राज्याच्या कल्पनेने ते शक्य केले असे दिसते.

संघप्रधान किंवा महामंडळात्मक राज्याची कल्पना प्रथम मुसोलिनीला सुचली असे म्हणता येणार नाही. फॅसिझमच्या उदयापूर्वी कितीतरी आधी तिचा विचार झाला

होता. कामगार आणि उत्पादकांनी उत्पादन वाढविण्यासाठी परस्पर सहकार्य करावे आणि रोजगारासाठी वेळोवेळी मालकांबरोबर करार करून संप किंवा टाळेबंदी टाळावी, असा महामंडळात्मक राज्याचा विचार फॅसिझमपूर्वीही अस्तित्वात होता. इटलीमध्ये या मूळ विचारावर आधारलेला संघप्रधान राज्याचा प्रयोग हप्त्याहप्त्याने चौदा वर्षांच्या काळात केला गेला. मालक आणि मजुरांच्या व्यवसायसंघांनी, स्थानिक, प्रादेशिक आणि राष्ट्रीय पातळीवर एकत्र येऊन परस्पर सहकार्याने उत्पादन ठरवावे, वाढवावे आणि करार करून परस्परांचे प्रश्न वेळोवेळी सोडवावेत हा श्रमिक संघवादाचा विचार मुसोलिनीने काहीसा बदलून स्वीकारला. कारखान्यातील कामगारांनी आपापल्या कारखान्यांची व्यवस्था पहावी हे तत्त्व श्रमिक संघवादाप्रमाणे किंवा व्यवसायसंघ वादाप्रमाणे स्वीकारण्यात आले होते. मात्र श्रमिक संघवाद आणि व्यवसायसंघवाद यांच्या अंतिम उद्दिष्टाला भांडवलशाही अर्थव्यवस्था आणि राज्यसंस्था नष्ट करण्याला फॅसिस्टांचा पाठिंबा असणे शक्य नव्हते. फॅसिझम हा आत्यंतिक राष्ट्रवादी विचार असल्यामुळे श्रमिक संघवाद आणि व्यवसायसंघ समाजवादाची विचारसरणी त्याला मान्य होणे शक्यच नव्हते. १९२६ सालापासून मुसोलिनीने संघप्रधान व्यवस्थेचा पद्धतशीर पुरस्कार केला. १९३४ साली संघाचा कायदा मंजूर करून घेऊन मुसोलिनीने संघप्रधान अथवा महामंडळात्मक राज्याची स्थापना केली.

संघप्रधान राज्याची स्थापना होईपर्यंत फॅसिझम ही केवळ एक राजकीय चळवळ समजली जात होती. फॅसिझमला आर्थिक कार्यक्रम देण्यासाठीच महामंडळात्मक राज्याची कल्पना राबविली गेली.

संघप्रधान राज्याची व्याख्या : मॅकगवर्न यांच्या मते, संघप्रधान राज्य किंवा महामंडळात्मक राज्य म्हणजे अशी राजकीय व्यवस्था असते की ज्या व्यवस्थेमध्ये राज्याकडून अनेक संस्था स्थापन केल्या जातात व अधिसत्तेच्या बळावर त्या शासननिर्मित संस्थांच्या मार्फत राष्ट्राचे आर्थिक आणि सामाजिक जीवन नियंत्रित केले जाते. या व्याख्येवरून असे लक्षात येते की, संघप्रधान राज्यात राज्याच्या आर्थिक आणि सामाजिक गरजांप्रमाणे संस्था निर्माण करून त्यांच्यामार्फत त्या गरजा पूर्ण करण्यासाठी संस्थांचे नियंत्रणही राज्याकडूनच होते.

समाजात निर्माण होणाऱ्या संस्था आणि संघटना या समाजातील परिस्थिती आणि समाजाच्या गरजांप्रमाणे स्वाभाविकपणे निर्माण होतात. संस्था आणि संघटनांच्या स्वाभाविक निर्मितीमुळे समाज हा नेहमीच असतो. फॅसिझममधील अनेकसत्तावादी हा स्वाभाविक नसून कृत्रिम आहे. मुद्दाम निर्माण केलेली शिस्तबद्ध आणि नियंत्रित अर्थव्यवस्था म्हणजे फॅसिस्टांचे संघप्रधान राज्य असे म्हणता येईल.

संघप्रधान राज्याचे आधार

संघप्रधान राज्य हा प्रामुख्याने आर्थिक विचार असला तरी त्याला सामाजिक आणि राजकीय बाजू आहे. त्यादृष्टीने संघप्रधान राज्याचे पुढील आधार दिसून येतात.

१) व्यक्ती-व्यक्तीतील संबंधातून राज्य निर्माण होत नाही, तर निश्चित कार्यासाठी एकत्र येऊन संस्था आणि संघटना स्थापन करणाऱ्या व्यक्तींकडून राज्य निर्माण होते. राज्य म्हणजे राज्याच्या सामाजिक, आर्थिक, राजकीय आणि सांस्कृतिक गरजा भागविणाऱ्या संस्था आणि संघटनांचे जाळेच होय. प्रत्येक संस्था आणि प्रत्येक संघटना ही त्यादृष्टीने राज्याचे लहान रूपच असते. स्वतंत्र वेगळ्या अशा व्यक्तीला या विचारात स्थानच नाही. शिवाय व्यक्ती राज्यनियंत्रित संस्था आणि संघटनांच्या मार्फत कार्य करीत असल्यामुळे राज्याचे व्यक्तीवर संपूर्ण नियंत्रण असते.

२) संघप्रधान राज्य स्वाभाविक प्रक्रियेतून निर्माण झालेले नसून काही गृहीतकृत्यांवर आधारलेले असते.

व्यक्तीचे प्रश्न म्हणजे विशिष्ट व्यवसाय करणाऱ्या व्यक्तीचे प्रश्न हे संघप्रधान राज्याने गृहीत धरलेले दिसते. प्रत्येक व्यक्ती आपल्या गरजा भागविण्यासाठी काही व्यवसाय करीत असते. व्यक्ती म्हणून नव्हे तर व्यावसायिक म्हणून व्यक्तीचा समाजाशी संबंध येत असतो. राज्यापुढील प्रश्न गुंतागुंतीचे असतात. व्यक्तींना त्यांचे आकलन होत नाही. व्यक्ती केवळ आपल्या व्यावसायिक हितसंबंधांचा विचार करते. राष्ट्रीय प्रश्नांचा आपल्या व्यवसायावर होणाऱ्या परिणामांचा विचार करणाऱ्या व्यक्तीला व्यक्तिस्वातंत्र्याच्या नावाखाली मुक्त सोडून चालणार नाही; तर राष्ट्रीय प्रश्नांशी एकरूप करण्यासाठी व्यवसायांचे राज्याकडून नियंत्रण झाले पाहिजे.

समाजात सर्व व्यक्तींना सर्व कळते असे नाही. बुद्धी, शारीरिक पात्रता, नैतिकता, कल्पकता इत्यादी गुणांच्या दृष्टीने व्यक्ती समान असत नाहीत. समाज आणि राष्ट्राचे प्रश्न समजावून घेऊन ते सोडविण्याचे सामर्थ्य तर मोजक्याच व्यक्तींजवळ असते. एखादा लहान श्रेष्ठीजनांचा गट ते करू शकतो. अशा श्रेष्ठीजनांमुळेच समाजाला आणि राष्ट्राला योग्य वळण लागत असते. म्हणून संघप्रधान राज्यात लहान राज्यकर्ता श्रेष्ठीजन गट फार महत्त्वाचा असतो.

व्यक्ती आणि संस्था संघटनांपेक्षा राज्य श्रेष्ठ असते. ते इतर संस्था संघटनांपैकी एक नसून एकमेवाद्वितीय असते. त्याचे हित हे इतर संस्था-संघटनांपेक्षा जास्त महत्त्वाचे असून त्याच्या हितातच व्यक्ती आणि संस्थांचे हित समाविष्ट झालेले असते. श्रेष्ठीजन राज्याचे खरे हित ओळखू शकत असल्यामुळे त्यांच्या आज्ञा या राष्ट्राच्या आज्ञा समजून व्यक्ती आणि संस्थांनी आपले कार्य, कर्तव्य केले पाहिजे. श्रेष्ठीजन

किती लोकप्रिय आहेत यावर त्यांचे महत्त्व अवलंबून नसून आपल्या आज्ञांचे लोकांकडून ते कितपत पालन करून घेतात यावर अवलंबून असते.

उद्योगधंदे, व्यवसाय, शेती, व्यापार इत्यादी क्षेत्रांत भांडवलदार कामगार, मालक मजूर असे वर्ग असणे योग्य नसून त्यांच्यात कोणत्याही प्रकारचा विरोध असता कामा नये. विविध व्यवसायांमुळे व्यवसाय गट निर्माण होणे अपरिहार्य असते. परंतु त्यामुळे व्यवसायातील मालक आणि मजुरांमध्ये वर्गसंघर्ष असण्याचे कारण नाही. उलट, त्यांच्यात परस्पर सहकार्य असले पाहिजे. राष्ट्राच्या भौतिक गरजा ओळखून त्यांनी राष्ट्राला आवश्यक असलेले उत्पादनच करावे म्हणजे उत्पादक आणि कामगार हे एक विचाराचे बनतील. लोकप्रतिनिधी हे व्यक्तीचे प्रतिनिधी म्हणून कायदेमंडळावर निवडून न देता व्यवसायांचे प्रतिनिधी म्हणून निवडून दिले जावेत म्हणजे राज्य आणि व्यवसायसंघ एकरूप होऊन जातील. मुसोलिनीने उद्योगधंदे, शेती आणि स्वतंत्र व्यवसाय करणाऱ्यांचे एकूण सहा विभाग करून त्यांच्या प्रतिनिधींना कायदेमंडळात प्रतिनिधित्व दिले होते. व्यवसायसंघाचे प्रतिनिधित्व करणाऱ्या या कायदेमंडळाला कायदे करण्याचा अधिकार असला तरी कार्यकारी सत्ता प्रत्यक्ष अंमलबजावणीचे कार्य करणारा असल्यामुळे तिच्या आदेशानुसर कायदे करण्याची जबाबदारी कायदेमंडळावर असे. कार्यकारी सत्ता एकाच व्यक्तीच्या मर्जीप्रमाणे कार्य करीत असल्यामुळे शेवटी कायद्यांची निर्मिती आणि अंमलबजावणी याच्याशी एकाच व्यक्तीचा प्रत्यक्ष संबंध असे. थोडक्यात संघप्रधान राज्यातही विविध व्यवसायसंघाऐवजी अंतिम सत्ता हातात असणाऱ्या एका व्यक्तीची सत्ता हेच प्रमुख तत्त्व दिसून येते.

इटलीचे संघप्रधान किंवा महामंडळात्मक राज्य (Corporate State in Italy)

समाजवाद आणि साम्यवादाला मुसोलिनीचा विरोध होता. व्यक्तिस्वातंत्र्य आणि लोकशाहीलाही त्याचा विरोध होता. समाजवाद साम्यवादाला अभिप्रेत असलेला वर्गसंघर्ष किंवा लोकशाहीला अभिप्रेत असलेले व्यक्तिस्वातंत्र्य त्याला मान्य नव्हते. वर्गसंघर्षाऐवजी वर्गसमन्वयाची कल्पना फॅसिझमला मान्य असल्याचे दिसते. मालकांचे हितसंबंध जोपासणारी भांडवलशाही किंवा मजुरांचे हितसंबंध जोपासणारा समाजवाद हे दोन्हीही विचार बाजूला ठेऊन राष्ट्राचे हितसंबंध महामंडळात्मक राज्याला फार महत्त्वाचे वाटतात.

व्यक्तीऐवजी विविध व्यवसाय करणाऱ्या व्यक्तीचे संघ स्थापन करून ते राज्याच्या नियंत्रणाखाली आणणे ही संघप्रधान राज्यनिर्मितीची प्रक्रिया आहे, असे

म्हणता येईल. अशा व्यवसायसंघांना काही मर्यादेपर्यंत अंतर्गत स्वायतत्ता मिळू शकते; परंतु कोणते उत्पादन करावे, त्याचे वितरण कसे करावे इत्यादी बाबतीत आर्थिक स्वातंत्र्य मिळू शकत नाही.

सर्व व्यवसायसंघांना राज्यकारभारात समाविष्ट करून घेणे हे संघप्रधान राज्याचे आणखी एक वैशिष्ट्य आहे. १९३४ साली स्वतंत्र कायदा करून मुसोलिनीने संघप्रधान राज्याची निर्मिती केली. इटलीचे काही प्रादेशिक भाग (Districts) पाडून त्यात मालकसंघ आणि मजूरसंघ स्थापन केले. डिस्ट्रिक्टमधील १० टक्के कामगारांना रोजगार देऊ शकणाऱ्या मालकांनाच मालकसंघात सभासदत्व देण्यात आले. तसेच प्रत्येक उद्योगातील १० टक्के मजूर हे मजूरसंघात घेतले गेले. सर्व मालकसंघांच्या आणि मजूरसंघांच्या संयुक्त संस्था (फेडरेशन्स) स्थापन करण्यात आल्या. अशा एकूण नऊ फेडरेशन्सपैकी चार मालक संघांच्या तर चार मजूरसंघांच्या असत. नववी फेडरेशन ही व्यावसायिक (ॲक्टर्स, वकील इ.) आणि कलाकारांची असे. नऊ फेडरेशन्सची एक राष्ट्रीय 'कॉन्फेडरेशन' असे. कॉन्फेडरेशनपर्यंत मालकसंघ आणि मजूरसंघ यांना स्वतंत्र प्रतिनिधित्व दिले जाई. सर्वात वरच्या संघटनेत म्हणजे 'कॉर्पोरेशन' किंवा महामंडळात मालक आणि मजुरांना एकत्र आणून समान दर्जा दिला जाई.

कॉर्पोरेशन किंवा महामंडळ

जितके व्यवसाय गट तितके राष्ट्रीय संघ किंवा महामंडळे अशी रचना होती. असे बावीस राष्ट्रीय व्यवसायसंघ स्थापन केले होते. त्यावर मालकवर्गाचे आणि मजुरांचे समान प्रतिनिधी घेतले जात. त्यांच्यात सामंजस्य, सहकार आणि सहकार्याची भावना असणे आवश्यक समजले जाई. प्रत्येक कॉर्पोरेशन किंवा महामंडळाचा एक अध्यक्ष असे. त्याची नेमणूक सर्वोच्च कार्यकारी प्रमुखाकडून होत असे. सर्व कॉर्पोरेशन्सच्या सभासदांचे मिळून महामंडळांचे राष्ट्रीय मंडळ (National Council or Corporations) स्थापन केले जाई आणि राष्ट्राचा सर्वश्रेष्ठ नेताच त्याचा अध्यक्ष असे.

महामंडळात्मक राज्याची रचना एखाद्या मनोऱ्यासारखी असते. सर्वोच्च पदी राष्ट्रीय नेता, त्यांच्या खालोखाल महामंडळाचे राष्ट्रीय मंडळ, त्या खालोखाल व्यवसायमंडळे (एकूण २२), नंतर अनेक कॉन्फेडरेशन्स, फेडरेशन्स आणि शेवटी विभाग (District) मालकसंघ आणि विभाग मजूरसंघ अशी ती वरून खाली रुंदावत जाणारी किंवा खालून वर निमुळती होत जाणारी रचना असे. पुढील रचनेवरून इटलीतील महामंडळात्मक राज्याची कल्पना येऊ शकेल.

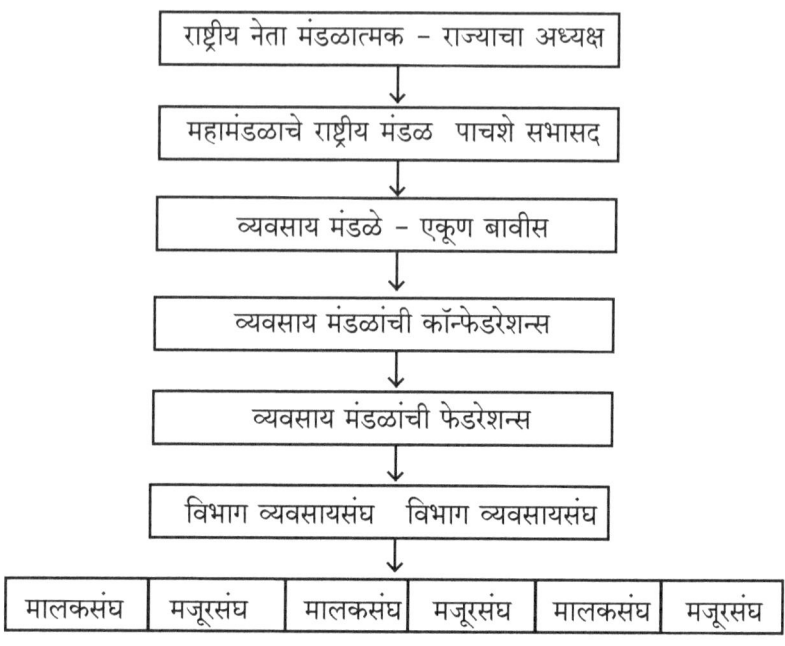

विविध व्यवसायातील उद्योजकांनी आणि कामगारांनी उत्पादन, उत्पादनाचा दर्जा आणि नियंत्रण याबाबतीत राज्याचे धोरण आणि कार्यक्रम ठरवायचा. उत्पादनाची सर्व साधने ही उत्पादन संघाच्या म्हणजे मालक किंवा मजुरांची नसून राष्ट्राची आहे, असे समजण्यात येत असे. कायद्याने मात्र ही महामंडळे स्वायत्त आहेत असे ठरविलेले असे. प्रत्यक्ष व्यवहारात ती राज्यावर अवलंबून ठेवली जात. व्यवसायसंघ आणि शासन यांचा संबंध प्रस्थापित करण्यासाठी संघांचे अधिकारी राज्याकडून नेमले जात. ते व्यवसायसंघांवर नियंत्रण ठेवत. संघातील मालक अथवा मजुरांची वर्तणूक राष्ट्रविरोधी असली तर संघ बंद करणे, उत्पादन थांबविणे हा सरकारी निर्णय असे. मालकांना टाळेबंदी करणे शक्य नसे. तसेच मजुरांनाही संप, बंद, बहिष्कार करता येत नसत. थोडक्यात मालक, मजूर आणि उत्पादन यासंबंधीचे सर्व निर्णय सरकार घेत असे. शांततेच्या तसेच युद्धाच्या काळात कारखान्यांनी कशाचे उत्पादन केले पाहिजे यासंबंधीचे आदेश शासनाकडून दिले जात.

फॅसिस्ट राज्याचा जसा आंतरराष्ट्रीय कायद्याला विरोध होता, तसा आंतरराष्ट्रीय कामगार संघटनांनाही विरोध होता. आंतरराष्ट्रीय कामगार संघटनांशी संबंध ठेवल्यामुळे राष्ट्रीय कामगारांमधील ऐक्य नाहीसे होईल; तसेच मालकसंघ आणि मजूरसंघ यात वर्गसंघर्ष होतील अशी भीती फॅसिस्टांना वाटत होती. शिवाय फॅसिस्ट विचारांचा

अनेक राष्ट्रांच्या अस्तित्वाला आणि समानतेलाच विरोध असल्यामुळेही आंतरराष्ट्रीय कामगार संघटनांशी फॅसिस्ट व्यवसायसंघांचा संबंध असू नये, असे त्यांना वाटत असावे. राष्ट्राशी एकनिष्ठ असलेला कामगार वर्ग फॅसिस्ट राज्याला अभिप्रेत होता.

फॅसिस्ट संघप्रधान किंवा महामंडळात्मक राज्यात मालक आणि मजूर हे अन्य कोणत्याही व्यक्तीप्रमाणे साधन असून त्यांनी राष्ट्रीय संपत्तीत भर घालणे, हे साध्य आहे असे मानले गेले. राष्ट्रीय संपत्तीची वाढ झाली आणि राष्ट्राने त्या संपत्तीचे नियंत्रण केले की व्यक्तीचे जीवनमान उंचावते. कारण राष्ट्रातच व्यक्तींचा समावेश असतो. थोडक्यात, राष्ट्राचे वैभव वाढविणे या ध्येयासाठी मालक आणि मजूर यांच्या समन्वयातून सर्व उत्पादनव्यवस्थेचे नियंत्रण करणे हा महामंडळात्मक राज्याचा अर्थ आहे. व्यक्ती आणि संस्था यांचे सामाजिक, राजकीय, आर्थिक आणि सांस्कृतिक जीवन हे राज्याच्या किंवा शासनाच्या नियंत्रणाखाली आणून फॅसिस्ट महामंडळात्मक राज्य इटलीत निर्माण केले गेले.

महामंडळात्मक राज्याचा शिल्पकार स्वत: बेनेटो मुसोलिनी हाच होता. महामंडळाचे कायदे त्याने स्वत: केले होते. नव्या पद्धतीला त्याने आशय दिला. कामगारांचे ऐक्य, मालकांचे ऐक्य, तंत्रज्ञ आणि राजकीय पक्ष या सर्वांच्या ऐक्यावर आणि परस्पर सहकार्यावर त्याने भर दिला. फॅसिस्ट राष्ट्र, फॅसिस्ट राज्य, फॅसिस्ट शासन म्हणजे व्यवहारात फॅसिस्ट पक्ष असे समीकरण होते. अर्थातच महामंडळात्मक राज्यावर खऱ्या अर्थाने फॅसिस्ट पक्षाचे नियंत्रण ठेवण्यात मुसोलिनीला यश आले. कामगारांचा रोजगार, मालकांचा नफा, विक्रेत्यांचे कमिशन, भांडवलदारांचे व्याज, त्याचप्रमाणे उत्पादन, उत्पादनाचा दर्जा, मालक-मजूर यांच्यातील वाद, त्यांच्यातील करार या सर्व गोष्टी पक्षाकडून ठरविल्या जात. साम्यवादाला विरोध करताना मुसोलिनी एकीकडे समाजवादाची स्वप्नेही पाहात असे. खाजगी संपत्तीला विशिष्ट प्रमाणात मान्यता देऊन त्याने संघप्रधान राज्याच्या नोकरशाहीचे सर्व समाजावर नियंत्रण निर्माण केले. प्रत्यक्षात दुसऱ्या महायुद्धात इटलीचा पूर्ण पराभव होईपर्यंत महामंडळात्मक राज्याला लष्करी आणि युद्धसाहित्यच निर्माण करावे लागले. गरजेच्या वस्तूंसाठी इटलीचे महामंडळात्मक राज्य अखेरपर्यंत परदेशांवर अवलंबून होते.

संघप्रधान राज्याचे गुण-दोष

फॅसिझमने निर्माण केलेल्या संघप्रधान किंवा महामंडळात्मक राज्याचे गुण-दोष स्पष्ट करताना असे म्हणता येते की, फॅसिझम ही विचारप्रणाली असण्यापेक्षा एक विशिष्ट व्यवहारवाद आहे. त्याचप्रमाणे संघप्रधान राज्य हीदेखील अनेक व्यवस्थांचे मिश्रण आहे.

संघप्रधान राज्याचे गुण

१) व्यक्ती आणि राज्य यांच्या परस्परसंबंधाविषयी राज्यशास्त्रात प्राचीन काळापासून मते मांडली गेलेली दिसतात. विविध विचारप्रणालींनी या संबंधांकडे वेगवेगळ्या दृष्टींनी पाहिले. व्यक्ती आणि राज्य यासंबंधात संघप्रधान राज्य व्यक्तीला साधन तर राज्याला साध्य मानते. राज्य आणि व्यक्तीच्या हितसंबंधाचा समन्वय घालण्याचे कार्य संघप्रधान राज्याने केले. व्यक्ती आणि राज्याच्या हितसंबंध समन्वयामुळे फॅसिस्टांनी लोकशाहीला नवा आशय मिळवून दिला. व्यक्तींच्या खाजगी मालमत्तेच्या हक्कावर फारसे निर्बंध न घालता उत्पादक आणि मजुरांना राष्ट्राभिमुख करण्याचे काम संघप्रधान राज्याने केले. निरनिराळ्या व्यवसाय गटांमध्ये शिस्त निर्माण केली. थोडक्यात व्यक्ती, व्यक्तीगट आणि राज्य यांचे योग्य संबंध महामंडळात्मक राज्यामुळे निर्माण केले.

२) उत्पादनाच्या चार घटकांमध्ये म्हणजे जमीन-मालक, मजूर-कामगार, भांडवलदार, तंत्रज्ञ यांच्यात समन्वयाचे वातावरण निर्माण करण्याचे श्रेय संघप्रधान राज्याकडे जाते. उत्पादन घटकांच्या परस्परसमन्वयामुळे राष्ट्रीय उत्पादनात वाढ झाली. उत्पादनाची गतीही वाढली. फॅसिस्ट राज्याने प्रामुख्याने लष्करी साहित्याचेच उत्पादन केले हा दोष संघप्रधान व्यवस्थेचा नसून फॅसिस्ट नेत्यांच्या आत्यंतिक राष्ट्रवादाचा होता.

३) संघप्रधान राज्याच्या गुणवैशिष्ट्यांविषयी स्वत: मुसोलिनीची मते अशी आहेत. पहिले म्हणजे संघप्रधान राज्यामुळे सामाजिक न्याय मिळू शकतो. उत्पादक आणि कामगार, जमीनदार आणि शेतमजूर यांचे आर्थिक अधिकार त्यातील समन्वय आणि सहकार्यामुळे अबाधित तर राहतातच, शिवाय आर्थिकदृष्ट्या त्यांच्या राहणीमानात फारसा फरक दिसून येत नाही. राष्ट्राच्या गरजा भागविण्यासाठी उत्पादन हे धोरण संघप्रधान राज्याचे असल्यामुळे मालक आणि मजूरवर्गांना राष्ट्रउभारणीच्या कामास समान स्थान प्राप्त होते. मालक नफ्याकडे किंवा कामगार वेतनाकडे विशेष लक्ष न देता उत्पादनाकडे लक्ष देतात. भांडवलशाही आणि साम्यवाद यातील सर्व दोष संघप्रधान राज्यात नाहीसे होतात.

४) संघप्रधान किंवा महामंडळात्मक राज्यामुळे एक नवी सामाजिक, आर्थिक आणि राजकीय व्यवस्था आणि विचारप्रणाली निर्माण झाली. विसावे शतक हे एकोणिसाव्या शतकात निर्माण झालेल्या विचारप्रणालींवर आधारित होते. संघवाद हा उदारमतवाद, लोकशाही, समाजवाद आणि साम्यवाद या विचारातील सर्व दोष टाळून त्यांना वेगळीच दिशा देणारा नवविचार आहे, असे त्याच्या निर्मात्यांना वाटे. परंतु मालक आणि मजूर मंडळ ही पूर्णपणे नवीन कल्पना नसल्यामुळे शिवाय व्यवसायसंघवाद

हा विचार फॅसिझमपूर्वीच अस्तित्वात असल्यामुळे संघ प्रधान व्यवस्थेला वेगळा, स्वतंत्र आणि नवा विचार असे म्हणता येत नाही.

संघप्रधान व्यवस्था कोणत्या परिस्थितीत निर्माण केली गेली, कशी राबविली गेली आणि किती अल्पजीवी ठरली हे पाहिल्यास त्या पद्धतीत गुण होते, असे म्हणता येत नाही.

संघप्रधान व्यवस्थेचे दोष

१) संघप्रधान व्यवस्था ही सामाजिक, राजकीय आणि आर्थिक व्यवस्थेपैकी नेमकी कोणती समजावयाची हे समजत नाही. संघप्रधान राज्यव्यवस्था आहे किंवा संघप्रधान अर्थव्यवस्था आहे हे लक्षात येत नाही. व्यक्ती आणि व्यक्तिसमूहांना व्यवसायानुसार विचारात घेतल्यामुळे तिचा सामाजिक आशय बदलतो. व्यवसाय संघांवर राजकीय बंधने आल्यामुळे त्यांचे आर्थिक स्वरूप जाऊन ते राजकीय बनते. त्या पद्धतीत व्यक्तिस्वातंत्र्य, लोकशाही आणि समाजवादाची काही लक्षणे दिसून येत असली तरी त्यामुळे तिचे मिश्र स्वरूप नाहीसे होत नाही.

२) संघप्रधान राज्याचे तत्त्व आणि व्यवहार यात फरक दिसून येतो. या पद्धतीचे गुण केवळ विचारांपुरतेच मर्यादित आहेत असे दिसते. व्यवहारात ते सर्व दोष म्हणूनच समोर येतात. उत्पादक आणि कामगार यांच्यावर राष्ट्रवाद लादला जातो. त्यांच्या स्वातंत्र्याला खरा अर्थ उरत नाही. 'राष्ट्राची गरज' उत्पादक व कामगार ठरवीत नाहीत, तर राजकीय नेते ठरवीत.

३) या व्यवस्थेमुळे कामगारांचे, मुजरांचे राहणीमान वाढून सामाजिक न्यायाचे वातावरण निर्माण होते असे म्हटले जाते. परंतु व्यवहारात तसे घडल्याचे दिसत नाही. कारखान्यानी सतत युद्ध साधनांचेच उत्पादन केले तर नागरिकांच्या दैनंदिन गरजा कशा भागतील हे लक्षात येत नाही. कॉर्पोरेट स्टेटच्या स्थापनेपासून अखेरपर्यंत इटलीतील सामान्य व्यक्ती गरिबच राहिली.

४) कॉर्पोरेट स्टेट म्हणजेच फॅसिस्ट स्टेट होय. श्रेष्ठीजनांचे वर्चस्व हे त्याचे प्रमुख लक्षण होय. श्रेष्ठींना व्यक्ती, समाज, राष्ट्र याविषयी सर्व काही कळते अशी फॅसिझमची धारणा असल्यामुळे व्यवसायसंघप्रधान समाजाचे नुकसान होण्याची शक्यता या व्यवस्थेत दिसून येते. श्रेष्ठीजन सत्तेवर असतात म्हणून 'सत्तेपुढे शहाणपण नाही' यादृष्टीने या व्यवस्थेत कसलाही लवचिकपणा नसतो, ती परिस्थितीप्रमाणे बदलू शकत नाही.

५) या पद्धतीचा तिच्या योग्यतेपेक्षा प्रसिद्धीच अधिक झाल्याचे दिसते. एकूण फॅसिस्टव्यवस्था प्रचारावर अवलंबून असते. कोणत्याही विचाराची हवा निर्माण करणे

हे फॅसिझमचे वैशिष्ट्य होय. कॉर्पोरेट इस्टेटविषयी हेच म्हणता येईल. दुसऱ्या महायुद्धात झालेल्या इटलीच्या दारुण पराभवाबरोबरच संघप्रधान राज्यपद्धतीचाही शेवट झाला.

फॅसिझमचे मूल्यमापन

फॅसिझमचे अनेक अर्थ घेतले गेले. दोन महायुद्धांच्या दरम्यान ज्या विचाराने इतिहासाला वेगळे वळण दिले ती विचारप्रणाली म्हणजे 'फॅसिझम' होय.

फॅसिझममुळे बहुपक्षीय राजकीय पद्धतीकडून एकपक्षीय राजकीय पद्धतीकडे आणि कायदेमंडळांच्या श्रेष्ठत्वाकडून कार्यकारी सत्तेच्या श्रेष्ठत्वाकडे आधुनिक राज्याला वळविण्याचे श्रेय फॅसिझमकडे जाते. शिस्तीसाठी हिंसा आणि दहशत आवश्यक असून परकीय सत्तांवर नियंत्रण ठेवण्यासाठी लष्करी आक्रमणाचे धोरण उपयुक्त असते. अद्यापही फॅसिस्ट विचारप्रणालीच्या नेत्यांना ते कोणत्याही देशात असू शकतात असे वाटते की, विचारप्रणाली, युद्ध आणि वंशश्रेष्ठत्व वगळता स्थिर राजकीय व्यवस्था आणि कार्यक्षम नेतृत्वाच्या दृष्टीने फॅसिझम हा श्रेष्ठ विचार आहे.

पहिल्या महायुद्धाच्या अखेरीला जे राजकीय पक्ष युरोपातील विविध देशात सत्तेवर होते त्यांचाही फॅसिझमविषयी एक विशिष्ट दृष्टिकोन दिसून येतो. त्यांना वाटते की साम्यवादाच्या लाटेविरुद्ध समाजाचे ऐक्य टिकविण्यासाठी आणि घटनेचे रक्षण करण्यासाठी उमटलेली राजकीय शक्तीची फॅसिझम ही प्रतिक्रिया होती. फॅसिझम ही विशिष्ट समाजगटांची, विशेषत: मध्यम वर्गाची आणि सुशिक्षित शहरी तरुणांची मार्क्सवादाविरुद्ध प्रतिक्रिया होती. सुशिक्षित शहरी तरुणांना कायदा आणि सुव्यवस्था प्रस्थापित करण्यामध्येच खरी सुरक्षितता वाटणे स्वाभाविक होते.

फॅसिझम हा विचार म्हणजे उदारमतवादाकडे जाण्यापूर्वीची पायरी होती.

इटलीत फॅसिझमचा विजय झाला तो युद्धपूर्व राज्यकर्ते युद्धोत्तर समाजश्रेष्ठींशी मिळते घेऊन शकले नाहीत. फॅसिझम भांडवलशाहीचा रक्षणकर्ता विचार असून रशियन क्रांतीच्या आणि मार्क्सवादी विचारसरणीच्या प्रभावाची त्याला भीती वाटत असे. फॅसिस्टवादाला खरा पाठिंबा मिळाला तो कनिष्ठ मध्यमवर्ग, बुद्धिजीवी, मजूर आणि शेतकऱ्यांकडून. शेवटी विशिष्ट हेतूसाठी उत्पादक आणि श्रीमंत वर्गानेही फॅसिझमला पाठिंबा दिला.

फॅसिस्ट सत्तेपूर्वी इटलीत जे राज्यकर्ते होते ते पहिल्या महायुद्धापर्यन्तच्या काळात चांगले राज्यकर्ते होते. युद्धाच्या काळात मात्र त्यांचे निर्णय चुकले. त्यांची कृती चुकली. लोकशाही आणि उदारमतवादाला 'नकार' देऊन तसेच घटनात्मक शासनाच्या चौकटीबाहेर जाऊन त्यांनी देशहितविरोधी कायदे केले, निर्णय घेतले. विजयी दोस्त राष्ट्रांच्या बाजूने युद्धात भाग घेऊनही इटलीला नामुष्कीशिवाय काहीच मिळाले नाही.

याचे कारण दोस्त राष्ट्रांनी गुप्त कराराचा गैरफायदा घेऊन इटलीला फसविले, हे असले तरी इटलीच्या राज्यकर्त्यांचा नाकर्तेपणाही त्या देशाला भोवला.

युद्धोत्तर इटलीला धीर देणारे, उत्साह देणारे आणि सामाजिक, आर्थिक आणि राजकीय परिवर्तनाची दिशा दाखविणारे नेतृत्व हवे होते. विचारप्रणाली हवी होती. मुसोलिनी आणि फॅसिस्ट पक्षामुळे इटलीला ते मिळाले. व्यक्ती आणि व्यक्तिगटांना योग्य वळण लावून परिवर्तन घडवून आणण्यात फॅसिझमला यश येईल अशी आशा निर्माण झाली. त्यामुळे हजारो बेकार तरुण, उध्वस्त कुटुंबे, सैनिक आणि लष्करी अधिकारी, असमाधानी विद्यार्थी यांना फार मोठा आधार फॅसिझमला मिळाला. फॅसिझम स्वीकारण्यापूर्वी मार्क्सवाद आणि ख्रिश्चन लोकशाही विचारांनी असा दिलासा निर्माण करण्याचा प्रयत्न केला होता. मार्क्सवादाने क्रांतीचा उत्साह निर्माण केला होता. ख्रिश्चन लोकशाही विचाराने जनसामान्यांना आवाहन करून प्रतिसाद मिळविण्याचा प्रयत्न केला होता. इटालियन उदारमतवादी चळवळीने मार्क्सवाद आणि लोकशाही या दोहोंचा समन्वय साधून काही नवे करण्याचा प्रयत्न केला होता. परंतु त्या सर्व विचारांना आणि कार्यक्रमांना अपयश आले. फॅसिझमला मात्र प्रचंड प्रतिसाद मिळाला. सामान्यांना तो नवा विचार वाटला, आधार वाटला. अन्न, वस्त्र, निवारा, रोजगार इत्यादी महत्त्वाच्या गोष्टी तो पक्ष आणि त्याची विचारप्रणाली निश्चित देऊ शकेल, असा विश्वास वाटला. त्यामुळे फॅसिझम ही जनसामान्यांची चळवळ बनली. इटलीचा सर्व समाज आर्थिक आणि सामाजिक अवरोधातून बाहेर पडला. नवे चैतन्य निर्माण झाले. एका बाजूला हे सर्व होत असता मुसोलिनीने जनआंदोलने संपवून टाकली. कामगारांना कारखान्यात, शेतमजुरांना शेतावर, विद्यार्थ्यांना विद्यालयात पाठवून फॅसिझमने व्यक्ती आणि व्यक्तिसमूहापुरता अराज्यवादच निर्माण केला. फॅसिस्ट राज्याला संघप्रधान राज्य किंवा 'कार्पोरेट स्टेट' असे नाव देऊन स्वत: मात्र त्या विचारांपेक्षा तो वेगळा वागला.

फॅसिझमचे गुण

फॅसिस्ट राज्य आणि फॅसिस्ट विचार हा लोकशाहीच्या अपयशातून निर्माण झाला. प्राप्त परिस्थितीत इटलीतील समाज त्याकडे आकर्षित झाला. आपल्या अल्पकाळात फॅसिस्ट विचाराने काही यशही मिळविले.

१) औद्योगिक शांतता प्रस्थापित केली.

२) सत्तेचे केंद्रीकरण केले.

३) गैरशिस्त आणि गैरकारभार मोडून काढला.

४) राष्ट्र या कल्पनेला प्राधान्य देऊन समाज संघटित केला. देश युद्धसज्ज बनवला.

५) प्रथम युरोपमध्ये आणि नंतर सर्व खंडांमध्ये इटलीचे महत्त्व वाढविले.

६) भांडवलदार आणि कामगार, जमीनदार आणि शेतमजूर, मालक आणि नोकर यातील संघर्ष नाहीसे करून त्यांच्यात वर्गसंघर्षाऐवजी वर्गसमन्वयाचे वातावरण निर्माण केले.

७) उत्पादनाला गती दिली.

८) जनसामान्यांच्या राहणीमानात बदल घडवून आणला.

९) नेतृत्वाला नवा अर्थ मिळवून दिला.

१०) हक्कांपेक्षा कर्तव्याची भावना वाढविली.

११) इटलीचे प्राचीन संस्कृतीवैभव पुन्हा आणण्याचे प्रयत्न केले.

१२) साम्यवादी क्रांतीचा धोका टाळला.

फॅसिझमचे दोष

परंतु फॅसिझमचा उदय आणि वाढ ज्या झपाट्याने झाली त्यापेक्षा त्याचा ऱ्हास अधिक झपाट्याने झाला. फॅसिझमच्या आकर्षणामुळे लोकशाही नष्ट होईल या भीतीने लोकशाही राष्ट्रांनी दुसऱ्या महायुद्धात फॅसिझमला विरोध केला. युद्धानंतर जागतिक लोकमत फॅसिझमच्या विरोधात गेले. फॅसिझम हा विचार नंतर दुराचार ठरला. फॅसिझमच्या नाशासाठी मानवजातीला संपत्ती आणि जीविताची फार मोठी किंमत मोजावी लागली.

१) फॅसिझम ही काही सुसंगत विचारसरणी नाही; पण परिस्थितीप्रमाणे ती बदलते. खुद्द मुसोलिनीला किंवा त्याच्या सहकाऱ्यांनाही फॅसिझम म्हणजे नेमके काय ते शेवटपर्यंत सांगता आले नाही. सांगितले एक आणि केले दुसरेच असे फॅसिस्ट नेत्यांच्या बाबतीत झाल्याचे दिसते.

२) कॉर्पोरेट स्टेटचा विचार आणि कॉर्पोरेट स्टेटचा आचार यातील फरकावरून हे सिद्ध होते.

३) फॅसिझम हा विधायक विचारही नाही.

४) तो व्यक्ती आणि व्यक्तिसमूहांच्या विरोधी आहे.

५) व्यक्तिस्वातंत्र्य, लोकशाही, समाजवाद, आंतरराष्ट्रवाद, बुद्धिवाद इत्यादी सर्व आधुनिक विचारांना विरोध करणे हा फॅसिझमचा प्रमुख कार्यक्रमच होता.

६) आंतरराष्ट्रीय शांतता आणि राष्ट्राराष्ट्रांतील सामंजस्याचे संबंध फॅसिझमला

मान्य नाहीत.

७) फॅसिझम हा विचार शांततेला अनैसर्गिक तर युद्धाला नैसर्गिक समजतो. 'स्त्रीला जसे मातृत्व हे नैसर्गिक असते तसे पुरुषाला युद्ध हे नैसर्गिकच असते' असा विचार फॅसिझमने मांडला.

८) बुद्धिवादाला विरोध असल्यामुळे व्यक्तीच्या सर्जनशीलतेला फॅसिझमचा विरोधच आहे असे म्हणता येईल. वाङ्मय, कला, साहित्य यांचा फॅसिझममध्ये संकोच होतो. कला, साहित्य यांना फॅसिझमच्या प्रचाराच्यादृष्टीने फार महत्त्व असते. नेत्यांची भाषणे, घोषणा यांना साहित्याचे स्वरूप प्राप्त करून दिले जाते. कलेची तर अवहेलना होते.

९) फॅसिझममधील वांशिकश्रेष्ठता आणि आत्यंतिक राष्ट्रवाद हे सामाजिक आणि राजकीय विचार समाजावर खोलवर परिणाम करतात.

१०) फॅसिझम हा विचार नसून एक पाशवी प्रवृत्ती असल्यामुळे तिचा धोका दुसऱ्या महायुद्धात त्या विचाराचा पराभव होऊनही संपला नाही. आजही प्रत्येक राष्ट्रात फॅसिस्ट प्रवृत्ती असलेल्या शक्ती शिल्लक असून त्या अधूनमधून डोके वर काढताना दिसतात. नवस्वतंत्र राष्ट्रात तर लोकशाहीच्या अपशयामुळे फॅसिस्ट विचार लवकर मूळ धरू लागतो. लोकशाहीतील काही राजकीय पक्षही फॅसिस्ट प्रवृत्तीचे असतात. काही नेत्यांमध्येही ही प्रवृत्ती आढळून येते. लोकशाहीतही शेवटी सत्तेचे राजकारणच महत्त्वाचे ठरणार असेल तर सत्ता मिळविणे आणि ती टिकविणे हेच ध्येय बनते. फॅसिस्ट प्रवृत्तीला असे वातावरण पोषक असते.

११) फॅसिझमच्या धोक्याची सुरुवात कुटुंबसंस्थेपासूनच होते. कुटुंबातील पुरुष –प्रमुखाची अधिकारशाही, खाजगी आणि सार्वजनिक क्षेत्रातील अधिकारशाही यामुळे समाजात फॅसिस्ट प्रवृत्ती बळावण्याचा धोका असतो. व्यक्तीला व्यक्ती आणि व्यक्तिसगूहांना ज्यक्तिसमूह न मानता केवळ काही व्यवसाय करणारे मानणे, हे फॅसिझमचे वैशिष्ट्य सर्व क्षेत्रातून बघणे आवश्यक ठरते.

१२) फॅसिझममुळे देशांतर्गत आणि आंतरराष्ट्रीय क्षेत्रात अराजक निर्माण होते असे म्हटले जाते; कारण फॅसिस्ट विचारसरणीमुळे इटली, जर्मनी या देशात आणि आंतरराष्ट्रीय क्षेत्रात गोंधळ उडवून दिला.

१३) संकुचित आणि आक्रमक राष्ट्रवादाच्या विचाराने फॅसिझमने इटलीत विचारांचा गोंधळ निर्माण केला. जगातील सर्व राष्ट्रात प्राचीन इटली श्रेष्ठ म्हणून आधुनिक इटलीला प्राचीन वैभव आणि महत्त्व प्राप्त करून देण्यासाठी सर्व व्यक्तींनी ऐक्य

प्रस्थापित केले पाहिजे, त्यासाठी राज्यकर्त्यांच्या आज्ञा पाळण्याची शिस्त अंगी लागली पाहिजे. ऐक्य, शिस्त या गुणांनी देश युक्त झाला की तो जगावर राज्य करण्याच्या पात्रतेचा होतो, असे मुसोलिनीचे म्हणणे होते. एकदा या विचाराची मोहिनी पडल्यावर समाज फॅसिस्टांना शरणच जातो. मग सत्ता मिळविण्यासाठी आणि टिकविण्यासाठी केलेल्या हिंसा आणि अत्याचाराला अधिमान्यता प्राप्त होते. सर्व यशाच्या प्राप्तीचे ते जवळचे मार्ग ठरतात. मुसोलिनीनेच म्हटले आहे- ''हिंसक मार्गाच्या आड येणारे सगळे नष्ट केले की हिंसाचार आवश्यक आणि पवित्र ठरतो.'' याप्रमाणे हिंसेला प्रतिष्ठा प्राप्त झाली आणि नेत्यांना तिचा वापर करण्याची परवानगी मिळाली. सत्ता मिळाल्यानंतर इटलीत फॅसिस्टांनी जो काही गोंधळ घातला त्यातून लोकशाही विचार आणि लोकशाही संस्था यांचे समूळ उच्चाटन केले गेले.

१४) फॅसिझमाला आंतरराष्ट्रवाद मान्य नाही. शांतता, सहकार्य, सामंजस्य या सगळ्या भित्र्या कल्पना असून त्यांचा त्याग केला पाहिजे असे मुसोलिनीचे, हिटलरचे म्हणणे. युद्ध आणि साम्राज्यवाद या स्वाभाविक गोष्टी असून प्राचीन रोमशी नाते असणाऱ्यांचा तो हक्क आहे असे तो मानीत असे. ''आंतरराष्ट्रीय शांतता हे भित्र्याचे स्वप्न आहे.'', असे मुसोलिनी म्हणत असे.

सारांश

पहिल्या महायुद्धात दुर्बल झालेल्या इटलीने नंतर केवळ वीस वर्षांनी मुसोलिनीच्या नेतृत्वाखाली राष्ट्रसंघाला न जुमानता इथिओपियावर आक्रमण केले, जर्मनी आणि जपानशी युती करून दुसऱ्या महायुद्धात आपली विनाशक शक्ती पणाला लावली. जग जिंकण्याच्या त्याच्या महत्त्वाकांक्षेने आंतरराष्ट्रीय क्षेत्रात अराजक निर्माण केले. एकूणच फॅसिझम ही विचारप्रणाली अशांतता निर्माण करणारी ठरली. अशा प्रकारे फॅसिझमचे मूल्यमापन करता येते.

सराव प्रश्न :

१) फॅसिझमच्या उदयाची कारणे स्पष्ट करा.

२) फॅसिझमची मूलभूत तत्त्वे किंवा वैशिष्ट्ये लिहा.

३) संघप्रधान किंवा महामंडळात्मक राज्य ही संकल्पना स्पष्ट करा.

४) फॅसिझमचे मूल्यमापन करा.

५ | मार्क्सवाद

Marxism

अ) ऐतिहासिक भौतिकवाद (Historical Materialism)
ब) अतिरिक्त मूल्य सिद्धान्त (Theory or Surplus Value)
क) मार्क्सवादी राज्य (Maxian State)

मार्क्सवाद

कार्ल मार्क्सच्या विचारातून निर्माण व विकसित झालेले तत्त्वज्ञान म्हणजे मार्क्सवाद होय. मार्क्सचा विचार विशिष्ट परिस्थितीत आणि काळात लागू करीत असताना त्यामध्ये जी भर घालावी लागली किंवा मार्क्सच्या काही सिद्धान्ताचा जो अन्वयार्थ लावावा लागला त्यातून मार्क्सवादामध्ये भर पडत गेली; यातून पुढे लेनिनवाद, ट्रॉटस्कीवाद, माओवाद हे विचारप्रवाह निर्माण झाले. मार्क्सच्या विचारातील ऐतिहासिक भौतिकवाद, पाया आणि इमारत, क्रांती विचारप्रणाली, राज्यसंस्थेचे स्वरूप यासारख्या सिद्धान्तांचा व संकल्पनांचा विसाव्या शतकातील बदललेल्या परिस्थितीत नवा अन्वयार्थ लावण्याचे सैद्धांतिक प्रयत्न अस्थुसर, ग्रामची, हाबरमास इ. विचारवंतांनी केले. मार्क्सच्या विचारांचा अन्वयार्थ लावताना त्याच्यावरील हेगेलच्या प्रभावावर काही विचारवंतांनी भर दिला. मानवतावादी दृष्टिकोन आणि परात्मभाव यासंकल्पनेचे मार्क्सच्या विचारातील महत्त्व स्पष्ट करून मार्क्सचे तरुणपणाचे व परिपक्व झाल्यानंतरचे लिखाण यामध्ये फरक करण्यात आला या सर्व प्रयत्नांमधून मार्क्सवादी तत्त्वज्ञानात सतत वाढ होत गेली. (राज्यशास्त्र कोश पान नं. २१२, २१३)

अ) ऐतिहासिक भौतिकवाद (Historical Materialism)

कार्ल याने जे विचार मांडले त्या विचारांना 'शास्त्रीय समाजवाद' असे म्हटले

जाते. मार्क्सच्या अगोदर समाजवादी विचारांची मांडणी केलेली होती. परंतु मार्क्सने त्याला शास्त्रीयस्वरूप देण्याचा प्रयत्न केला. इतिहासाचा भौतिक अन्वयार्थ असा शब्दप्रयोग मार्क्सने वापरून ही एक अभ्यासपद्धती आहे, असे मत मांडले. दास कॅपिटल (कम्युनिस्टांचा जाहीरनामा) राजकीय अर्थशास्त्र, कम्युनिस्ट मेनिफेस्टो यासारखे ग्रंथ मार्क्सने लिहीले. आर्थिक घटक हेच पायाभूत घटक असतात. 'आर्थिक घटक बदलले की, राजकीय घटकांमध्ये बदल होतो' ही मार्क्सची मूळ मांडणी आहे; म्हणूनच आर्थिक व राजकीय विचारांमध्ये मार्क्सवादाला महत्त्वपूर्ण स्थान आहे. संपूर्ण राजकीय विचारांमध्ये राजकीय अर्थशास्त्राच्या दृष्टिकोनातून मार्क्सचे विचार महत्त्वाचे आहेत.

मानव आपल्या गरजा भागविण्यासाठी वस्तूंचे उत्पादन करतो. मानवाच्या गरजा जसजशा वाढत जातात, तसतसा उत्पादन साधनांचा शोध घेतला जातो. जुन्या उत्पादन साधनांमध्ये बदल करून नवीन उत्पादनाची साधने निर्माण होतात; यातून उत्पादन शक्तीमध्ये बदल होतो. जमीन, पाणी, कारखाना, बुद्धिमत्ता या घटकांना मार्क्सने भौतिक घटक म्हटले आहे. हे घटक अर्थव्यवस्थेचे पायाभूत घटक आहेत किंवा पाया आहेत. मार्क्सच्या पूर्वी हेगेल या विचारवंताने अशा प्रकारचे विचार मांडले होते परंतु तो वैचारिक घटकांना पायाचे घटक म्हणजेच आधारभूत घटक म्हणत होता. मार्क्स म्हणतो की, ''हेगेल डोक्यावरती उभा होता त्याला मी सरळ पायावरती उभे केले.'' याचा अर्थ वैचारिक घटक हे पायाचे घटक नसून ते इमल्याचे घटक आहेत. आर्थिक घटक हेच पायाभूत घटक आहेत. हा विचार मार्क्सने ऐतिहासिक भौतिकवादामध्ये मांडला आहे. ऐतिहासिक भौतिकवादाचा विचार मांडताना विरोध विकासवाद (द्वंद्वात्मक पद्धती) हा विचार मांडला. वाद, प्रतिवाद व सुसंवाद याला मार्क्सने 'विरोध विकासवाद' किंवा 'द्वंद्वात्मक पद्धती' असे म्हटले आहे.

मार्क्सचा विरोध विकासवाद (द्वंद्वात्मक पद्धती)

वाद, प्रतिवाद व सुसंवाद या माध्यमातूनच समाजामध्ये बदल होतो किंवा कोणतीही नवीन गोष्ट यामधूनच उदयाला येते. उदा. एखाद्या झाडाला कळी येणे हा वाद आहे; तर त्या कळीचे फुलामध्ये रूपांतर होणे हा प्रतिवाद आहे व फूल गळून जाण्याची प्रक्रिया म्हणजे सुसंवाद आहे. समाजामध्ये भांडवलदार व कामगार या वर्गाचा उदय म्हणजे 'वाद' होय. कामगार व भांडवलदार यांच्यातील संघर्ष म्हणजे प्रतिवाद होय. यातून कामगार वर्गाच्या हाती सत्ता येते हा 'सुसंवाद' होय. जगातील कोणत्याही विकसित, विकसनशील किंवा अविकसित देशांमध्ये देखील याच पद्धतीने बदल घडून येतो.

मार्क्सने ऐतिहासिक भौतिकवाद सिद्धान्त युरोपमध्ये मांडला. इतिहासाच्या प्रत्येक टप्प्यावरती उत्पादन साधने उदयाला येतात; यातून समाजामध्ये वर्ग असित्वात येतात. उत्पादन साधनांमध्ये बदल झाला की, राज्यकर्त्या वर्गामध्येदेखील बदल होतो हे इतिहासाच्या आधारे मार्क्सने स्पष्ट केले आहे. यालाच मार्क्सचा 'ऐतिहासिक भौतिकवाद' असे म्हटले आहे. इतिहास हा भौतिक घटकावरती आधारलेला असतो; हा मार्क्सच्या मांडणीतील मुख्य गाभा आहे. हा विचार केवळ युरोपच्या इतिहासाचे टप्पे सांगण्यासाठी मार्क्सने मांडलेला नसून जगातील इतर देशाच्या इतिहासाचेदेखील या पद्धतीने विश्लेषण करता येईल. इतिहासाच्या प्रत्येक टप्प्यावरील आर्थिक संबंध समजले की, राजकीय संबंध देखील समजून घेता येतील.

मार्क्सचा ऐतिहासिक भौतिकवाद सिद्धान्त

कार्ल मार्क्सने इतिहासाची भौतिक मीमांसा करताना इतिहासाचे टप्पे सांगितले आहेत. अतिप्राचीन, प्राचीन, मध्य, आधुनिक व साम्यवादी युग असे इतिहासाचे टप्पे पाडता येतात व या प्रत्येक टप्प्यामध्ये उत्पादन साधने कोणती होती? त्यावरती आधारलेले उत्पादन संबंध कसे होते? व त्यातून राज्यकर्ता वर्ग कसा बदलला? याचे विश्लेषण मिळते.

१) अतिप्राचीन काळ : मार्क्सने इतिहासाचे वेगवेगळे टप्पे सांगितले आहेत. त्यातील पहिल्या टप्प्यामध्ये अतिप्राचीन कालखंड होय. इतिहासाच्या या टप्प्यावरती उत्पादनशक्ती व उत्पादनसंबंध यांचा उदय झालेला नव्हता. मार्क्सच्या मते, या टप्प्यामध्ये प्राथमिक अवस्थेतील साम्यवाद होता. निसर्गामध्ये ज्या गोष्टी उपलब्ध होत्या त्यावरतीच मनुष्य उदयनिर्वाह करीत होता. सर्व नैसर्गिक साधनसंपत्तीवरती सर्वांची समान मालकी होती. गरीब-श्रीमंत, शोषक-शोषित, उत्पादन साधनांवरती मालकी असणारा व

नसणारा वर्गच अस्तित्वात नव्हता; त्यामुळे मार्क्सच्या मते ही अवस्था आदर्श होती.

२) प्राचीन काळ किंवा कालखंड : मार्क्सने प्राचीन काळ हा इतिहासाचा दुसरा टप्पा सांगितला आहे. इतिहासाच्या या टप्प्यावरती मानवी गरजांचा उदय झाला. या गरजा भागविण्यासाठी नव्या उत्पादन साधनांचा शोध सुरू झाला. इतिहासाच्या या टप्प्यावरती प्राण्यांची शिकार करण्यासाठी दगडी व लाकडी हत्यारांचा शोध लावला गेला. शिकारीची ही नवीन पद्धत अस्तित्वात आली. परंतु ही हत्यारे ज्यांच्या मालकीची होती असे मोजकेच लोक होते; यातून हत्यारे असणारा व हत्यारे नसणारा असे दोन वर्ग अस्तित्वात आले, त्यांचे संबंध शोषक व शोषित यास्वरूपाचे होते. हत्यार हे उत्पादन साधन होते. या उत्पादन साधनावरती मालकी असणारा शोषक वर्ग तर मालकी नसणारा शोषित वर्ग होता. मार्क्स म्हणतो की, ''इतिहासाच्या या टप्प्यावरती मानवाला गुलामगिरीमध्ये टाकण्याची प्रक्रिया सुरू झाली. ज्या वर्गाकडे हत्यारे नव्हती तो वर्ग 'गुलाम' बनला. हत्यारे असणारा वर्ग मोठ्या प्रमाणावरती गुलामांचे शोषण करू लागला. त्यांच्यामध्ये मालक-मजूर संबंध निर्माण झाले; या टप्प्यावरती हत्यारे असणारा वर्ग सत्ताधारी बनला व हत्यारे नसणारा वर्ग सत्ताहीन बनला.

३) मध्ययुग किंवा सरंजामशाही : मार्क्सने इतिहासाचा तिसरा टप्पा म्हणून मध्ययुग सांगितला आहे. इतिहासाच्या या टप्प्यामध्ये जमीन हे उत्पादनाचे साधन बनले. एका व्यक्तीच्या मालकीच्या हजारो एकर जमिनी होत्या. जमिनीवरती मालकी असणाऱ्या वर्गाला 'जमीनदार' किंवा 'सरंजामदार' म्हटले गेले. ज्याच्याकडे जमीन नव्हती व जो दुसऱ्याच्या जमिनीवरती कष्ट करत होता, त्याला भूदास किंवा कुळ किंवा मजूर म्हटले गेले. या टप्प्यामध्ये जमीनदारवर्ग श्रीमंत होता; त्यामुळे तो राज्यकर्ता वर्ग बनला तो मजुरांचे शोषण करीत होता; त्यामुळे जमीनदार शोषक तर मजूर शोषित वर्ग होता. या दोन्ही वर्गांचे संबंध हे शोषणावरती आधारलेले होते.

४) आधुनिक युग : मार्क्सने इतिहासाचा हा चौथा टप्पा सांगितला आहे. या टप्प्यामध्ये कारखाना हे उत्पादनाचे साधन बनले. या उत्पादन साधनावरती आधारलेले 'भांडवलदार' व 'कामगार' असे दोन वर्ग उदयाला आले. कारखाना हे उत्पादनाचे साधन ज्याच्या मालकीचे होते त्याला भांडवलदार वर्ग म्हटले गेले. जो आपली श्रमशक्ती विकत होता, व त्या मोबदल्यामध्ये त्याला वेतन मिळत होते. त्यास 'कामगार वर्ग' असे म्हटले गेले. भांडवलदारवर्ग कामगारांचे आर्थिक शोषण करीत होता. इतिहासाच्या या टप्प्यावरती भांडवलदार वर्ग शोषक होता तर कामगार वर्ग शोषित होता. भांडवलदार वर्गाने आपले

हितसंबंध जपण्यासाठी वेगवेगळ्या संघटना स्थापन केल्या. राज्यसंस्था देखील ताब्यात घेतली. राज्यसंस्था कामगार वर्गाच्या शोषणाचे प्रतीक आहे, असे मार्क्स म्हणतो.

५) साम्यवादी युग किंवा अवस्था : ऐतिहासिक भौतिकवादाचा शेवट किंवा अंतिम टप्पा म्हणून मार्क्स 'साम्यवादी युग' हा टप्पा सांगतो. इतिहासात या टप्प्यावरती भांडवलदार व कामगार यांच्यात संघर्ष निर्माण होईल; कारण भांडवलदार कामगार वर्गाचे शोषण करतो. कामगार या शोषणाचा विरोधामध्ये संघर्ष करेल; या संघर्षात किंवा क्रांतीमध्ये भांडवलदार वर्ग पराभूत होईल व कामगार वर्गाचा विजय होईल. भांडवलदार वर्गाच्या हातातील राज्यसंस्था कामगार वर्ग स्वतःच्या हातामध्ये घेईल. उत्पादन साधनांवरती कामगार वर्ग स्वतःची मालकी प्रस्थापित करणे यालाच मार्क्सने 'साम्यवादी अवस्था' असे म्हटले आहे; कारण उत्पादन साधनांवरती कोणत्याही वर्गाची मालकी न राहता सर्वांची मालकी असेल. शोषक व शोषित असा वर्गच असणार नाही वर्गविहीन समाजरचना अस्तित्वात येईल. कामगार वर्ग गुलामगिरीतून मुक्त होईल. समता प्रस्थापित होईल; अशा वेळी राज्यसंस्थेची गरजच असणार नाही.

वाद, प्रतिवाद व सुसंवाद या माध्यमातून समाजव्यवस्थेमध्ये बदल होतो. या बदलाला भौतिक घटक कारणीभूत असतात. इतिहासाच्या प्रत्येक टप्प्यावरती उत्पादन साधने उदयाला येतात; यातून नवे वर्ग निर्माण होतात. उत्पादन साधनांमध्ये बदल झाला की, वर्गांमध्ये देखील बदल होतो, हेच मार्क्सने ऐतिहासिक भौतिकवादातून स्पष्ट केले आहे.

ऐतिहासिक भौतिकवादाचे टीकात्मक मूल्यमापन

मार्क्सने भौतिकदृष्टिकोनातून केलेली इतिहासाची मीमांसा जरी जगातील बदलाचे स्पष्टीकरण करण्यासाठी उपयुक्त असली तरीसुद्धा या त्याच्या विचारांवरती अनेक विचारवंतांनी टीका केल्या आहे. त्या टीका खालीलप्रमाणे -

१) केवळ भौतिक घटकांना महत्त्व : मार्क्सने मांडलेला ऐतिहासिक भौतिकवाद सिद्धान्त केवळ भौतिक घटकांना महत्त्व देतो. सामाजिक, सांस्कृतिक तसेच इतर अन्य घटकांकडे दुर्लक्ष करतो.

२) युरोप केंद्रित : हा सिद्धान्त मांडताना मार्क्सने केवळ युरोपच्याच इतिहासाचा अभ्यास केला. जगातील इतर देशांच्या इतिहासाचा अभ्यास केलेला दिसत नाही.

३) नेतृत्वाकडे दुर्लक्ष : समाजव्यवस्थेमध्ये बदल होत असताना नेतृत्त्वाची भूमिका महत्त्वाची असते. परंतु मार्क्सने याकडे दुर्लक्ष केलेले दिसते.

४) केवळ संघर्षाला महत्त्व : मार्क्स त्याच्या ऐतिहासिक भौतिकवाद सिद्धान्तामध्ये

केवळ संघर्षावरती भर देतो. परंतु आधुनिक लोकशाहीवादी राष्ट्रे संघर्षापेक्षा सहकार्यावरती जास्त भर देत आहेत.

सारांश

मार्क्सचा ऐतिहासिक भौतिकवाद सिद्धान्त टीकास्पद होत असला तरीसुद्धा उत्पादन साधन व वर्ग यांच्यातील संबंध मार्क्सने दाखवून दिला आहे. आर्थिक घटक हेच मूलभूत घटक असतात व त्यामध्ये बदल झाला की समाजव्यवस्था व राज्यव्यवस्था यामध्ये बदल होतो; म्हणजेच उत्पादन व्यवस्था, राज्यव्यवस्था व समाजव्यवस्था यांच्यातील सहसंबंध मार्क्सने दाखवून दिला. द्वंद्वात्मक पद्धतीने समाजव्यवस्थेमध्ये बदल होतो; हा विचारही महत्त्वपूर्ण आहे. मार्क्सने इतिहासाकडे पाहण्याची एक नवी भौतिकदृष्टी दिली. राजकीय अन्वयार्थ स्पष्ट करण्यासाठी आर्थिक घटकांचा अभ्यास करावा लागतो. हा मार्क्सचा विचार देखील राज्यशास्त्राच्यादृष्टीने महत्त्वपूर्ण आहे. अशा प्रकारे कार्ल मार्क्सचे ऐतिहासिक भौतिकवादाबाबतचे विचार सांगता येतात.

ब) अतिरिक्त मूल्य सिद्धान्त (Theory or Surplus Value)

मार्क्सने शास्त्रीय समाजवादाची मांडणी केली. दास कॅपिटल, कम्युनिस्ट मेनिफेस्टो या ग्रंथांमध्ये मार्क्सने आपले विचार मांडले आहेत. मार्क्सच्या संपूर्ण विचारांमध्ये त्याच्या अतिरिक्त मूल्य सिद्धान्ताला महत्त्वाचे स्थान आहे. भांडवलदार वर्ग व कामगार वर्ग यांच्यातील उत्पादनसंबंध स्पष्ट करणारी ही संकल्पना आहे. मार्क्सच्या मते, अतिरिक्त मूल्य ज्या वर्गाकडे जाते तो वर्ग शोषक असतो व ज्या वर्गाकडे अतिरिक्त मूल्य जात नाही तो वर्ग शोषित असतो. भांडवलदार वर्ग नफ्याच्या साहाय्याने कामगार वर्गाचे शोषण करीत असतो. भांडवलदार वर्गाकडे नफ्याच्या स्वरूपामध्ये जो अतिरिक्त पैसा जातो त्यास मार्क्स अतिरिक्त किंवा वरकड मूल्य म्हणतो.

मार्क्सचा अतिरिक्त मूल्य सिद्धान्त खालीलप्रमाणे सांगता येतो

मार्क्स म्हणतो की, कामगार वर्ग जे कष्ट करतो त्या कष्टाचा योग्य मोबदला त्याला मिळत नाही. तो जे श्रम किंवा काम करतो त्याप्रमाणामध्ये त्याला वेतन मिळत नाही. म्हणजेच कामगारवर्गाची जेवढी श्रमशक्ती जाते तेवढ्या प्रमाणात त्याला मोबदला मिळत नाही. उदा. एखाद्या कामगाराने ७ तास काम केल्यानंतर त्याच्या श्रमाचा मोबदला २०० रुपये होत असेल तर भांडवलदार कामगाराला १०० रुपयेच देतो. राहिलेले १०० रुपये भांडवलदार वर्गाकडे जातात. कोणत्याही प्रकारचे श्रम न करता भांडवलदार वर्गाला हा पैसा मिळतो यालाच मार्क्स वरकड मूल्य किंवा

अतिरिक्त मूल्याचा वापर कामगार मूल्याचे रूपांतर भांडवलात होते व याच वरकड मूल्याचा वापर कामगार वर्गाचे शोषण करण्यासाठी केला जातो. या अतिरिक्त मूल्याच्या पायावरतीच इमल्याची रचना निर्माण होते. याचाच अर्थ शासनसंस्था, कायदेमंडळ, कार्यकारीमंडळ, न्यायदानमंडळ, पोलीस, लष्कर, तुरुंग या इमल्याच्या संस्था व संघटना वरकड मूल्यातून तयार होतात. या संस्थांच्या आधारे भांडवलदार वर्ग कामगार वर्गाचे शोषण करतो.

संपूर्ण जगामध्ये अतिरिक्त मूल्य निर्माण करण्याचा प्रयत्न भांडवलदार वर्गाचा असतो. या अतिरिक्त मूल्यातूनच एका उत्पादनशक्तीच्या जागी नवीन उत्पादनशक्ती उदयाला येतात. नव्याने उदयाला आलेल्या उत्पादनशक्ती शोषणाचे संबंध निर्माण करतात. याचाच अर्थ वरकड मूल्य शोषणाचे एक साधन आहे. हे वरकड मूल्य भांडवलदार वर्गाकडे जाऊ नये म्हणून कामगार वर्गाने प्रयत्न केला पाहिजेत; त्यासाठी मार्क्सने क्रांतीचा (वर्गसंघर्षाचा सिद्धान्त मांडला). 'जगातील कामगारांनी एक व्हा. तुमच्याकडे हरवण्यासारखे काहीच नाही' असे मार्क्स म्हणतो; म्हणजेच जगातील कामगारांनी शोषणातून मुक्त होण्यासाठी उत्पादन साधनांवर स्वत:चे नियंत्रण प्रस्थापित केले पाहिजे; कारण या उत्पादन साधनांवरूनच वरकड मूल्य तयार होते व त्या आधारे इतर संस्था निर्माण होतात. या अतिरिक्त मूल्यामधूनच कामगार वर्गाचे शोषण थांबणार आहे.

सारांश

मार्क्सने कामगार वर्गाच्या शोषणाचे मूळ अतिरिक्त मूल्य आहे असे म्हटले व हे अतिरिक्त मूल्य उत्पादन साधनांवरती भांडवलदार वर्गाची मालकी असते म्हणून ते भांडवलदार वर्गाकडे जाते; म्हणजेच कामगार वर्गाला शोषणातून मुक्त व्हायचे असेल तर त्याने उत्पादन साधनांवरती नियंत्रण प्रस्थापित केले पाहिजे; नंतर राज्यसंस्थादेखील ताब्यात घेता येतील. अशा प्रकारे मार्क्सचा अतिरिक्त मूल्य सिद्धान्त विचार सांगता येतो.

क) मार्क्सवादी राज्य (Maxian State)

कार्ल मार्क्स हा विचारवंत शास्त्रीय समाजवादाचा 'जनक' म्हणून ओळखला जातो; तसाच तो अराज्यवादी विचारवंत म्हणून देखील ओळखला जातो. मार्क्सने राज्यसंस्थेला विरोध केला म्हणून तो अराज्यवादी विचारवंत म्हणून ओळखला जातो. मार्क्सने राज्यसंस्थेवरती टीका करून राज्यसंस्थाविषयक असणारे सर्व सिद्धान्त नाकारले. राज्यसंस्था ही देवाने निर्माण केलेली संस्था आहे तसेच ती शांतता व सुव्यवस्था प्रस्थापित करणारी एक यंत्रणा आहे. या विचारांना मार्क्सने विरोध केला. राज्यसंस्था

ही उत्पादनशक्तीवरती आधारलेली असते; तसेच ती उत्पादनसंबंध टिकवून ठेवण्याचा प्रयत्न करते. राज्यसंस्था वर्गीय हितसंबंध जपण्यासाठीच उदयाला आलेली असते; म्हणजेच ती वर्गीय असते; म्हणून ती नष्ट केली पाहिजे. या मार्क्सच्या विचारांना 'राज्य विलय सिद्धान्त' असे म्हणतात.

मार्क्सचा राज्यविलय सिद्धान्त खालीलप्रमाणे

मार्क्सने पाया व इमला या दोन संकल्पनांच्या आधारे राज्यसंस्था विषयक विचार मांडले आहेत. पाया भौतिक घटकांवरती आधारित असतो. जमीन, पाणी, कारखाना, तंत्रज्ञान यांना मार्क्सने पाया किंवा भौतिक घटक म्हटले आहे तर इमल्याचे घटक म्हणजे राज्यसंस्था पोलीस, लष्कर, तुरुंग, न्यायालये, कायदा हे सांगितले आहेत. मार्क्सच्या मते, पायावरतीच इमला आधारलेला असतो. पायाचे म्हणजेच भौतिक घटक बदलले की, इमल्याच्या घटकांमध्ये देखील बदल होतो. म्हणून पाया व इमला यांच्यामध्ये परस्परांवरती क्रिया करणारे संबंध असतात.

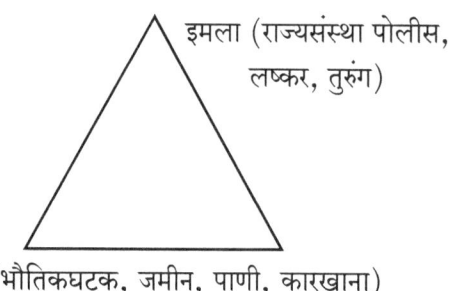

इमला (राज्यसंस्था पोलीस, लष्कर, तुरुंग)

पाया (भौतिकघटक, जमीन, पाणी, कारखाना)

वरील आकृतीवरून असे स्पष्ट होते की, राज्यसंस्था हा इमल्याचा घटक आहे तर भौतिक घटक हे पायाचे घटक आहेत. भौतिक घटकांमध्ये बदल झाला की, राज्यसंस्थेमध्ये देखील बदल होतो.

मार्क्सचे राज्यसंस्था विषयक विचार खालील मुद्द्यांच्या आधारे स्पष्ट करता येतात

१) मार्क्सने प्रस्थापित राजकीय विचारांचा प्रतिवाद केला

मार्क्सच्या अगोदर जे राज्यसंस्थाविषयक विचार मांडले गेले होते. त्या विचारांना मार्क्सने विरोध केला. हेगेल, जॉन लॉक, थॉमस हॉब्ज, रूसो या विचारवंतांनी राज्यसंस्थाविषयक विचार मांडले होते. हेगेलने राज्यसंस्थेचा दैवी सिद्धान्त मांडला तर हॉब्ज, लॉक, रूसो यांनी सामाजिक करार सिद्धान्ताच्या माध्यमातून आपले राज्यसंस्थाविषयक विचार मांडले; मार्क्सने या विचारांना विरोध केला. राज्यसंस्था

दैवी नसते; म्हणजेच ती देवाने निर्माण केलली नसते. तसेच ती सजीवही नसते. शांतता व सुव्यवस्था ती निर्माण करू शकत नाही. ती कल्याणकारी असूच शकत नाही. कल्याणकारी असल्याचा ती दावा करत असते. राज्यसंस्था ही केवळ वर्गीयच असते. ती विशिष्ट वर्गाचे म्हणजे भांडवलदार वर्गाचे (श्रीमंतांचे) हितसंबंध जपण्यासाठी उदयाला आलेली असते, असे मत मार्क्सने मांडले.

२) राज्यसंस्था – इमल्याचा घटक

मार्क्सने राज्यसंस्थेला इमल्याचा घटक मानले. इमल्यामध्ये विविध संस्था व संघटना यांचा समावेश केला आहे. कायदेमंडळ, कार्यकारी मंडळ, न्यायदान मंडळ, पोलीस, लष्कर, तुरुंग, न्यायालये या सर्वांचा समावेश मार्क्सने इमल्याच्या घटकांमध्ये केला आहे.

३) पायाचे घटक

राज्यसंस्था इमल्याचा भाग असली तरी ती पायावरती आधारलेली असते. राज्यसंस्थेचे भरणपोषण पायामधूनच होत असते. जमीन, पाणी, कारखाना, तंत्रज्ञान या सर्व घटकांना मार्क्सने पायाचे घटक असे म्हटले आहे. या घटकांवर ज्यांचे नियंत्रण असते, त्यांचेच नियंत्रण राज्यसंस्थेवरती देखील असते; त्यामुळे राज्यसंस्थेचे अस्तित्व पायावरती अवलंबून असते.

राज्य प्रभूत्वशाली वर्गाचे साधन

४) राज्यसंस्था वर्गीय हितसंबंध जपते

पायाचे घटक ज्या व्यक्तीच्या मालकीचे असतात त्याच व्यक्ती उत्पादनसंबंध स्थिर ठेवण्यासाठी राज्यसंस्थेची स्थापना करतात. राज्यसंस्था उत्पादन संबंध स्थिर ठेवण्याचा प्रयत्न करते. इतिहासाच्या प्रत्येक टप्प्यावरती उत्पादन संबंध उदयाला येतात व ते स्थिर ठेवण्याचा देखील प्रयत्न होतो. उदा. मध्ययुगामध्ये जमीनदार व भूदास तर आधुनिक युगामध्ये भांडवलदार व कामगार असे वर्ग उदयाला आले. जमिनदारांचे व भांडवलदारांचे हितसंबंध राज्यसंस्थेने जपले. मात्र, भूदास, कामगार वर्गाचे हितसंबंध जपलेले दिसत नाहीत.

५) राज्यसंस्था आर्थिक शोषण करते

मार्क्सच्या मते, राज्यसंस्था वर्गीय असते त्यामुळे ती एका वर्गाचे हितसंबंध जपते तर दुसऱ्या वर्गाचे शोषण करते. इतिहासाच्या प्रत्येक टप्प्यावरील शिकारी, भूदास, कामगार यांच्या शोषणामध्ये ती बदल करू शकत नाही; म्हणजेच ती उत्पादनसंबंध कायम ठेवते. इतिहासाच्या प्रत्येक टप्प्यावरती शोषित वर्गाला स्वातंत्र्य, समता, न्याय

व अधिकार मिळत नाहीत. कामगार वर्गाला त्याच्या श्रमाचा योग्य मोबदला मिळत नाही. राज्यसंस्था नेहमीच भांडवलदार वर्गाच्या बाजूने काम करते व कामगार वर्गाचे आर्थिक शोषण देखील करते; म्हणून मार्क्स म्हणतो की, ''राज्यसंस्था हे शोषणाचे एक हत्यार किंवा साधन आहे.''

६) राज्यसंस्था दमणकारी यंत्रणा

पोलीस, लष्कर, तुरुंग, न्यायालये कायदा ही राज्यसंस्थेची विविध अंगे आहेत. हे राज्यसंस्थेचे घटक नेहमीच भांडवलदार वर्गाच्या बाजूने तर कामगार वर्गाच्या विरोधामध्ये कार्य करतात. कामगार वर्गाला दडपून टाकण्यासाठी राज्यसंस्था आपली दमणकारी यंत्रणा वापरते. पोलीस, लष्कर यांच्या माध्यमातून हिंसा घडवून आणली जाते व त्यातून लोकांच्या मनामध्ये भीती निर्माण केली जाते. थोडक्यात, मार्क्सच्या मते, राज्यसंस्था कल्याणकारी नसून ती दमणकारीच असते.

७) राज्यकर्त्या वर्गाच्या स्वरूपामध्ये बदल

मार्क्सने उत्पादन साधने बदलली की, राज्यकर्त्या वर्गामध्ये बदल होतो, असा विचार मांडला. उत्पादन साधनांमध्ये बदल झाला की, एका वर्गाच्या हातून सत्ता जाते व दुसरा वर्ग सत्तेवरती येतो. उदा. टोळी प्रमुखाच्या जागी जमीनदार वर्ग, जमीनदार वर्गाच्या जागी भांडवलदार वर्ग राज्यकर्ता होतो; याचाच अर्थ केवळ उत्पादन साधनांमध्ये बदल होण्यातून राज्यकर्ता वर्ग बदलतो; म्हणजेच आर्थिक घटक बदलले की, राजकीय घटक बदलतात असे मार्क्स म्हणतो.

८) राज्यविलय

राज्यसंस्था नष्ट होणे याला मार्क्स 'राज्यविलय' किंवा 'राज्य विरून जाणे' असे म्हणतो. राज्यसंस्था शोषणाचे प्रतीक आहे. भांडवलदार वर्गाच्या हातातील ते एक हत्यार आहे. भांडवलदार व कामगार यांचे हितसंबंध परस्परविरोधी असल्याने या दोन वर्गांमध्ये संघर्ष होईल तो वर्गसंघर्ष असेल; यामध्ये कामगार वर्गाचा विजय होईल. उत्पादनाच्या सर्व साधनांवरती समाजाची किंवा राष्ट्राची मालकी प्रस्थापित होईल. समाजव्यवस्थेमध्ये कोणताही वर्ग अस्तित्वात राहणार नाही. भांडवलदार वर्ग नष्ट झाल्याने वर्गीय हित राज्यसंस्थेला जपता येणार नाही; यातून राज्यसंस्थेचा अंत होईल. यास मार्क्स 'राज्यविलय' किंवा 'राज्य विरून जाणे' असे म्हणतो.

मूल्यमापन

राज्यसंस्थेचा अंत कसा होईल, यासंबंधीचे विचार मार्क्सने मांडले आहेत. परंतु त्याच्या या विचारांवरती अनेक टीका केल्या गेल्या. त्या टीका खालीप्रमाणे –

१) मार्क्सने राज्यसंस्थेला दमणकारी यंत्रणा म्हटले परंतु आधुनिक काळामध्ये शांतता व सुव्यवस्था निर्माण करणारी महत्त्वपूर्ण संस्था म्हणून राज्यसंस्थेकडे पाहिले जाते.

२) राज्यसंस्था शोषणाचे हत्यार आहे असे मार्क्स म्हणतो परंतु आजची राज्यसंस्था कल्याणकारी स्वरूपाची असलेली दिसते.

३) राज्यसंस्था केवळ भांडवलदार वर्गाचे हितसंबंध जपते, असे मार्क्स म्हणतो. परंतु प्रत्यक्षात ती समाजातील इतर वर्गाचे देखील हितसंबंध जपते.

४) वर्ग नष्ट झाले की, राज्यसंस्था नष्ट होईल असे मार्क्स म्हणतो. परंतु राज्यसंस्था नष्ट झालेली दिसत नाही.

५) राज्यसंस्था शोषणकारी, दमणकारी आहे म्हणून ती नष्ट झाली पाहिजे, हा मार्क्सचा विचार एकांगी स्वरूपाचा वाटतो.

वरील टीका मार्क्सच्या राज्यविलय सिद्धान्तावरती होत असल्या तरीसुद्धा त्याचे काही गुण देखील सांगता येतात –

१) राज्यसंस्थेचे स्वरूप कल्याणकारी वाटत असले तरीसुद्धा विशिष्ट वर्गाच्या बाजूनेच ती कार्य करते, असा प्रत्यय येतो.

२) राज्यसंस्था ही नेहमी शोषित वर्गाच्या विरोधात आपली यंत्रणा राबविते, हे ही दिसून येते.

३) राज्यसंस्था भौतिक घटकांवरती आधारलेली असते हे मार्क्सचे म्हणणे देखील बरोबरच आहे.

सारांश

मार्क्सच्या अगोदर जे राज्यसंस्था विषयक विचार मांडले गेले होते. त्या विचारांना मार्क्सने विरोध केला. राज्यसंस्था भौतिक घटकांवरती आधारलेली असते. ती भांडवलदार वर्गाचे हितसंबंध जपण्यासाठी व कामगार वर्गाचे शोषण करण्यासाठी निर्माण झालेली संस्था आहे, म्हणून कामगार वर्गाने राज्यसंस्थाच नष्ट करावी; म्हणजे त्यांचे शोषणही नष्ट होईल. शोषित वर्गाच्या शोषणाचे मूळ राज्यसंस्था आहे; म्हणून ती नष्ट झाली पाहिजे, या मार्क्सच्या विचारांना त्याचा 'राज्यविलय सिद्धान्त' असे म्हणतात.

सरावप्रश्न :

१) मार्क्सने मांडलेला विरोध–विकासवाद किंवा द्वंद्वात्मक पद्धती स्पष्ट करा.

२) ऐतिहासिक भौतिकवाद हा सिद्धान्त स्पष्ट करून त्यांचे मूल्यमापन करा.

३) मार्क्सवादातील अतिरिक्त किंवा वरकड मूल्य संकल्पना लिहा.

४) मार्क्सवादी राज्य ही संकल्पना स्पष्ट करा.

६ फुले–आंबेडकरवाद
Phule-Ambedkarism

अ) समता (Equality)
ब) धर्मविषयक विचार (Religious Thoughts)
क) लोकशाही (Democracy)

प्रस्तावना

फुले–आंबेडकरवाद ही एक विचारप्रणाली आहे; कारण या विचारप्रणालीत अस्तित्वात असलेल्या राजकीय आणि सामाजिक व्यवस्थेची चिकित्सा केली आहे. तसेच अस्तित्वात नसलेल्या राजकीय आणि सामाजिक व्यवस्थेचे चित्र रंगवून तिचे समर्थन केले आहे. 'स्वातंत्र्य, समता, न्याय आणि बंधुभाव' या मूल्यांवर आधारलेली राजकीय व्यवस्था आणि सामाजिक व्यवस्था प्रत्यक्षात कशी आणता येईल? याबद्दलची व्यूहरचना सांगणारी मूल्यव्यवस्था, राजकीय ध्येय, हेतू व उद्दिष्टे यांचा समुच्चयास फुले–आंबेडकरवाद विचारप्रणाली म्हणता येते.

फुले–आंबेडकरवाद ही विचारप्रणाली राजकीय व्यवस्थेच्या भूतकाळाचा अन्वयार्थ लावण्यास, वर्तमानाचे स्पष्टीकरण करण्यास आणि भविष्याचे चित्र रंगविण्यास मदत करते. या विचारप्रणालीची सिद्धान्त, स्पष्टीकरण, तत्त्वज्ञान अशी व्याप्ती आहे. गहन तात्त्विक प्रमेयापासून ते सर्वांना समजतील अशी तत्त्वे व घोषणा यांचा फुले–आंबेडकरवाद या विचारप्रणालीत समावेश होतो. उदा. हिंदू धर्माच्या तत्त्वज्ञानाची चिकित्सा, राज्यसमाजवादाची मांडणी, इत्यादी प्रमेय त्यामध्ये आहेत. 'शिका, संघटित व्हा आणि संघर्ष करा' अशा घोषणांचा देखील त्यामध्ये समावेश आहे.

आग्रही तात्त्विक भूमिका घेणाऱ्या विचारवंतापासून ते श्रद्धाळू अनुयायांपर्यंत सर्व प्रकारचे समर्थक विचारप्रणालीला लाभतात. फुले–आंबेडकरवाद या विचारप्रणालीमध्ये

देखील हे तत्त्व दिसून येते. रावसाहेब कसबे, गोपाळ गुरू, गेल ऑम्व्हेट, एलिनार झेडएट रोझलिन असे देशी आणि विदेशी अभ्यासक फुले-आंबेडकरवादाची तात्त्विक भूमिका मांडतात. तसेच फुले-आंबेडकरवादी चळवळीमधील अनेक कार्यकर्त्यांची श्रद्धा फुले-आंबेडकरवाद या विचारप्रणालीवर आहे.

फुले-आंबेडकरवाद हा राजकीय विचाराचा पद्धतशीरपणे रचलेला आकृतिबंध आहे. समता, धर्म, लोकशाही इत्यादी राजकीय विचारांचा पद्धतशीरपणा त्यामध्ये आहे. या विचारप्रणालीमध्ये एकमेकांशी तार्किक संमती असलेले सिद्धान्त आहेत. उदा. स्वातंत्र्य, समता, बंधुभाव आणि लोकशाही याा सिद्धान्तांमध्ये एकमेकांशी तार्किक संमती दिसते. फुले-आंबेडकरवाद ही विचारप्रणाली सर्व प्रश्नांची उत्तरे देते. ही विचारप्रणाली वास्तवाचे चिकित्सक वर्णन करते. उदा. धर्माची चिकित्सा, जाती विषमत्तेची चिकित्सा इत्यादी. त्याचप्रमाणे आदर्श रचनेची चित्रही रंगविते. उदा. स्वातंत्र्य, समता, न्याय व बंधुभावावर आधारलेली समाजव्यवस्था व राजव्यवस्था इत्यादी.

फुले-आंबेडकरवाद विचारप्रणालीने वैश्विक, सर्वसमावेशक रूप धारण केले आहे. मानवमुक्तीचे, शोषणातून मुक्तीचे अंतिम उत्तर या विचारप्रणालीकडे आहे. असा ही विचारप्रणाली दावा करते. तसेच फुले-आंबेडकरवाद लोकांना कार्यप्रवण करतो. या विचारप्रणालीला राजकीय चळवळ व संघटनेची देखील जोड आहे. फुले-आंबेडकरवादी चळवळ ही सतत विस्तारत आहे. शेडुल्ड कास्ट फेडरेशन, भारतीय रिपब्लीकन पक्ष, भारिप-बहुजन महासंघ, बहुजन समाज पक्ष, भारत मुक्ती मोर्चा, अशा विविध संघटना या विचारप्रणालीवर आधारित राजकीय चळवळ करत आहेत. महात्मा फुले आणि डॉ. बाबासाहेब आंबेडकरांच्या साहित्यामधून राजकीय चळवळीचा जाहीरनामा देखील स्पष्ट झाला आहे. म्हणजेच या विचारप्रणालीचा विकासदेखील झाला आहे. उदा. मार्क्स-फुले-आंबेडकरवाद (माफुआ) असा विचार केला गेला आहे. फुले-आंबेडकवाद या विचारप्रणालीने राजकीय चळवळींना अधिमान्यता दिली आहे. तसेच राजकीय चळवळीतील कृतींचे मूल्यमापन करण्यासाठी ही विचारप्रणाली ताकद पुरविते व कार्यक्रम पुरवते. या अर्थाने विचारप्रणाली म्हणून फुले-आंबेडकरवाद प्रभावी ठरला आहे.

अ) समता (Equality)

महात्मा फुले व डॉ. बाबासाहेब आंबेडकरांनी समतेची संकल्पना मांडली आहे. स्वातंत्र्य, समता, बंधुभाव या तत्त्वांचा परिवर्तनवादी संदर्भात उल्लेख त्यांनी सतत केला आहे. लोकशाही राज्यपद्धती, समाजवाद, राज्यसमाजवाद, हिंदू तत्त्वज्ञानाची चिकित्सा,

धम्म, सार्वजनिक सत्यधर्म या विविध संदर्भातील महात्मा फुले व डॉ. बाबासाहेब आंबेडकरांचे समतेविषयक समान सूत्र दिसते. ते म्हणजे स्वातंत्र्य, समता, बंधुभाव या तत्त्वत्रयींचा पाठपुरावा त्यांच्या लेखनात आहे. या तत्त्वांचा पाठपुरावा त्यांनी ह्यात भर केला होता. सामाजिक व्यवहारांच्या सर्व क्षेत्रांसाठी या तत्त्वत्रयींचा पुरस्कार त्यांनी केला होता. त्यांच्या दृष्टीनं ही तत्त्व सर्वस्पर्शी आहेत. स्वातंत्र्य, समता आणि बंधुभाव यांना त्यांनी आदर्शच मानले. ॲमनिहिलेशन ऑफ कास्ट मध्ये डॉ. बाबासाहेब आंबेडकर म्हणतात, मला विचारलं तर, माझा आदर्श समाज म्हणजे स्वातंत्र्य, समता आणि बंधुभावावर आधारित समाज असेल. ऑक्टोबर १९५४ मध्ये आकाशवाणीवरून केलेल्या भाषणातही त्यांनी या तत्त्वांचा आपले सामाजिक तत्त्वज्ञान म्हणून स्पष्टपणे उल्लेख केला आहे. भावात्मक दृष्टीने माझे सामाजिक तत्वज्ञान तीन शब्दांत गुंफले जाईल. ते म्हणजे स्वातंत्र्य, समता आणि बंधुता हे होय.

महात्मा फुले आणि डॉ. बाबासाहेब आंबेडकरांनी स्वातंत्र्य, समता आणि बंधुता या संकल्पनांचा एकत्रित विचार मांडला आहे. तसेच या संकल्पनाच्यामधील न्यायाची संकल्पना देखील स्पष्ट केली आहे. त्यांनी विषमता आणि लोकशाहीवर सखोल चिंतन केले. त्यांनी न्याय आणि समता अशी नवीन दृष्टी दिली. जातीव्यवस्था हा विषमतेचा प्रकार आहे. त्यांनी जातीव्यवस्था निर्मूलन हा समता प्रस्थापित करण्याचा मार्ग सूचविला आहे. सामाजिक, राजकीय, आर्थिक संरचनांमधील समतेचा या विचारप्रणालीत पुरस्कार केला आहे. या विचारप्रणालीत समान वागणूक, समान विचार अभिव्यक्ती यांचा समावेश होतो. याखेरीज समानतेला नैतिक आयाम या विचाप्रणालीने दिला. या विचारप्रणालीमध्ये 'आत्मसन्मानाची इच्छा' महत्त्वाची मानली आहे.

I) महात्मा फुलेंची समता संकल्पना

महात्मा फुले यांनी समतेची संकल्पना मांडली आहे. महात्मा फुले यांनी विषमतेची चिकित्सा केली. धार्मिक व सामाजिक विषमतेची त्यांनी चिकित्सा केली. यातून महात्मा फुले यांनी समतेचा पुस्कार केला.

१) जातीविषमतेस विरोध आणि समतेचा पुरस्कार.

२) धार्मिक विषमतेस विरोध आणि सार्वजनिक सत्यधर्मचा पुरस्कार.

३) स्त्री-पुरुष समता.

४) आर्थिक समतेचा पुरस्कार.

१) सामाजिक समता

महात्मा फुले यांनी सामाजिक समतेचे सूत्र मांडले आहे. सामाजिक उतरंड ही

विषमतेवर आधारलेली आहे, अशी चिकित्सा फुले यांनी केली होती. सामाजिक व धार्मिक विषमतेवर आधारलेल्या संरचना मोडल्या पाहिजेत, असा महात्मा फुलेंचा विचार होता. जातिविषमता नष्ट करण्यासाठी जाती व्यवस्था मोडण्याचा विचार महात्मा फुले मांडतात. समता प्रस्थापित करण्याची पूर्व अट जात व्यवस्था मोडणे हाच ठरतो. असा त्यांच्या विचाराचा अर्थ आहे. महात्मा फुले डी-कास्ट होण्याचा विचार समतेसाठी मांडत होते.

२) धार्मिक विषमतेस विरोध आणि सार्वजनिक सत्वधर्माचा पुरस्कार

समता प्रस्थापित करण्यासाठी महात्मा फुले यांनी हिंदू धर्माची चिकित्सा केली आहे. धर्मग्रंथ, रुढीपरंपरा व पुराणकथा यांनी निर्माण केलेली विषमता महात्मा फुले यांनी नाकारली आहे. विषमतेच्या धार्मिक संकल्पनेच्या जागी त्यांनी सार्वजनिक सत्यधर्माचा पर्याय दिला. त्यांनी सार्वजनिक सत्यधर्माची संकल्पना नीती, सहिष्णूता, बंधुभाव, न्याय, समता, स्वातंत्र्य या आधुनिक मूल्यावर आधारीत मांडली आहे. या त्यांच्या विचारामध्ये समतेची संकल्पना स्पष्टपणे दिसते.

३) स्त्री-पुरुष समता

महात्मा फुले यांनी हिंदू समाज व हिंदू धर्मातील स्त्री-पुरुष विषमतेची चिकित्सा केली आहे. समतेसाठी त्यांनी स्त्री-मुक्तीचा अत्यंत स्पष्टपणे पुरस्कार केला आहे. स्त्री-पुरुषांतील संबंधात समानतेची प्रस्थापना व्हावी, असा महात्मा फुलेंचा विचार होता. स्त्री-मुक्ती झाल्याशिवाय शोषणातून मुक्ती होणार नाही; असे महात्मा फुलेंचे मत होते. अर्थातच महात्मा फुले यांनी स्त्री-पुरुष समानतेसाठी धार्मिक, आर्थिक व सामाजिक शोषणाच्या संरचनामध्ये बदलाचा विचार मांडला होता. संरचनात्मक बदलाच्या खेरीज स्त्री-पुरुष संबंधातील नीतितत्त्वामध्ये बदलाचा विचार मांडला होता; तसेच त्यांनी समतेच्या मूल्यावर आधारित स्त्री-पुरुष संबंधाचा विचार मांडला आहे. यातून स्त्री मुक्तीचा विचार महात्मा फुले करत होते. तो त्याच्या समता विचारांचा मध्यवर्ती भाग आहे.

४) आर्थिक समतेचा पुरस्कार

महात्मा फुले यांनी समतेचा विचार आर्थिक संदर्भात मांडला आहे. शिक्षण, शेती, रोजगार, आरोग्य इत्यादी क्षेत्रांमध्ये फेरबदल करावेत. या क्षेत्राचा आर्थिक समतेशी त्यांनी संबंध स्पष्ट केला आहे. आर्थिक समता भूतदया किंवा करुणा या भूमिकेतून नव्हे तर त्यांचा हक्क म्हणून मिळायला पाहिजे असा महात्मा फुलेंचा विचार होता. प्रत्येक व्यक्तीच्या न्यूनतम गरजांची परिपूर्ती आणि शिक्षण, नोकऱ्या, आरोग्य

इत्यादींच्या समान संधी सोयी, सुविधा हा समाधिष्ठित समाजरचनेचा त्यांनी प्रारंभबिंदू मानला होता. जातीच्या संदर्भात फुले डी-कास्ट होण्याचा विचार मांडतात; तसेच आर्थिक समतेसाठी फुले यांनी डी-क्लासचा विचार मांडला आहे.

'शुद्र' या अस्मितेशी एकरूप होण्याचा विचार महात्मा फुले मांडतात. जातीचे अहंकार टाकावेत व अतिशूद्रांशी व स्त्रियांशी सन्मानपूर्वक बरोबरीचा व्यवहार करावा असे फुले सुचवतात.

महात्मा फुले यांनी राजकीय अर्थकारणाच्या संदर्भात शेतकऱ्यांच्या आर्थिक शोषणाचे विश्लेषण केले आहे. समतेच्या संदर्भात त्यांनी ग्रामीण अर्थकारणाची व आर्थिक संरचनाची चिकित्सा केली होती; यातून मुक्तीचा विचार म्हणजेच समतेचा विचार महात्मा फुलेंनी मांडला आहे.

II) डॉ. बाबासाहेब आंबेडकरांची समतेची संकल्पना

१) उदारमतवादाच्या पुढील समतेचा विचार

स्वातंत्र्य, समता बंधुभाव ही तत्त्वे उदारमतवादी लोकशाही विचारांशी निगडित अशी तत्त्वं आहेत. ही तत्त्वं स्वीकारताना त्यांचा उदारमतवादी अर्थ बाजूला सारून नवा अन्वयार्थ डॉ. बाबासाहेब आंबेडकर देतात. डॉ. बाबासाहेब आंबेडकरांनी महाड परिषदेची तुलना फ्रेंच राज्यक्रांतीपूर्वीच्या फ्रेंच परिषदेशी केली आहे. फ्रेंच राज्यक्रांती, तिचं तत्त्वज्ञान यांचा श्रोत्यांना विस्तारानी परिचय करून देऊन या तत्त्वांची आठवण करून दिली होती. मानवमात्राला हा नवा विचार फ्रेंच राज्यक्रांतीनी दिला असं त्यांना वाटे. मात्र, समतेच्या संदर्भात डॉ. बाबासाहेब आंबेडकर फ्रेंच राज्यक्रांतीच्या पुढे जाण्याचा विचार मांडतात. पं. नेहरूंच्या उद्दिष्टांच्या ठरावावर घटना परिषदेत टीका करताना आपण राज्यक्रांतीच्या तत्त्वज्ञानाच्या पुढे जायला हवं आणि स्वातंत्र्य, समतेच्या पोकळ घोषणा न करता ती तत्त्वं प्रत्यक्षात आणण्यासाठी रोकडे प्रयत्न करायला हवेत असं मत डॉ. बाबासाहेब आंबेडकरांनी नोंदविले. यावरून डॉ. बाबासाहेब आंबेडकर फ्रेंच राज्यक्रांती किंवा उदारमतवादाच्या सीमारेषा भेदून पुढे जातात असे दिसते. हा समता विचारांचा महत्त्वाचा संदर्भ आहे.

२) विषमतेची चिकित्सा

डॉ. बाबासाहेब आंबेडकरांनी समता प्रस्थापित करण्यासाठी विषमतेची चिकित्सा केली होती. त्यांचा मुख्य रोख विषमतेविरुद्ध होता. हिंदू समाजातील जातीव्यवस्था हा त्यांना समता आणि स्वातंत्र्य यांच्या प्रस्थापनेतला मुख्य अडथळा वाटत होता; त्यामुळे जातींची निर्मिती कशी झाली. जातीचे उच्चाटन कसं करता येईल, या प्रश्नांची चर्चा त्यांनी सातत्यानं समतेच्या संदर्भात केली आहे. 'The Philosopy of Hinduism and Revolution and Counter Revolution' यांचा उल्लेख त्यांनी हिंदू समाजाच्या विषमताधिष्ठात व्यवहार आणि त्याला मान्यता देणारी विषमतामूलक हिंदू तत्त्वज्ञान यांच्यावर प्रकाश टाकणारं लेखन केले आहे. हा संदर्भ समतेसाठीची प्रेरणा आहे.

३) समतेच्या विचारांचा विस्तार

'ॲमनिहिलेशन ऑफ कास्ट' या ग्रंथात आंबेडकरांनी समतेची विस्ताराने चर्चा केली आहे. ही चर्चा जातीव्यवस्था आणि हिंदूतत्त्वज्ञानाच्या संदर्भात केली आहे. राजकारणात सर्वांना समान अधिकार असावेत, सर्वांना सारखे वागवावे असं सुचवून डॉ. बाबासाहेब आंबेडकरांनी समतेच्या तत्त्वातील काही अडचणीही नोंदविल्या आहेत. समतेचं तत्त्व हे वादग्रस्त तत्त्व आहे असं ते म्हणतात. पूर्ण समानता सर्व बाबतीत शक्य नाही हे त्यांनी स्पष्ट केलं आहे. डॉ. बाबसाहेब आंबेडकरांचा हा मुद्दा समतेच्या अतिरेकी पुरस्काराच्या संदर्भात होता. गुणवत्तेमध्ये फरक असेल तर त्याप्रमाणे निवड करतानाही फरक करावा लागेलच. मात्र, असा फरक करण्यापूर्वी शिक्षण, सामाजिक वातावरण, भोवतालची परिस्थिती यांच्या बाबतीत समानता आणणं योग्य ठरेल असं त्यांनी सूचविलं आहे.

व्यक्तीव्यक्तींमधील समानता प्रस्थापित केल्यानेच समाजात व्यक्तींकडून अधिकाधिक योगदान मिळू शकेल असा मुद्दाही त्यांनी मांडला आहे. समतेच्या तत्त्वासाठी सारखेपणाचा फार आग्रह धरू नये असं त्यांना वाटत असावं. पण सारखेपणा नसताना समता कशी येणार हा मुद्दा राहतोय. त्यामुळेच 'The doctrine of quality is glasingly fallacious' असा एकदम शेरा ते मारतात. याचा मथितार्थ असा होतो की, निव्वळ सारखेपणापेक्षा समान दर्जा, समान संधी, न्याय वाटप यांचे महत्त्व समतेच्या संकल्पनेत जास्त आणि मध्यवर्ती दिसते.

४) समतेचा न्याय हा संदर्भ

समतेचा न्याय हा संदर्भ आहे. असे डॉ. बाबासाहेब आंबेडकरांचे मत होते. समतेचा हा विचार मांडताना डॉ. बाबासाहेब आंबडकरांनी टोकाचा व्यक्तिवाद नाकारला आहे; तसेच समाजातील विविधता नाकारणारा समूहवादही त्यांनी नाकारला आहे. त्यामुळे डॉ. बाबासाहेब आंबेडकरांच्या समतेच्या संकल्पनेला न्याय संकल्पनेची बाजू आहे. Equality आणि Equity यात फरक करून त्यांनी न्यायात्मक समतेचा पाठपुरावा केला आहे.

ब) धर्म विषयक विचार (Religious Thoughts)

महात्मा फुले व डॉ. बाबासाहेब आंबेडकरांनी स्वातंत्र्य, बंधुभाव, समता आणि

न्याय या संदर्भात धर्मांची संकल्पना मांडली आहे.

त्या संकल्पना पुढीलप्रमाणे :

I) महात्मा फुलेंची धर्म संकल्पना

१) सार्वजनिक सत्यधर्म

महात्मा फुले यांनी 'सार्वजनिक सत्यधर्म' हे पुस्तक लिहिले आहे. त्यांनी सार्वजनिक सत्यधर्म पुस्तकात धर्मविषयक विचार मांडले आहेत. सत्यवर्तन करणारे कोणास म्हणावे या संबंधीचे ३३ नियम महात्मा फुले यांनी मांडले आहेत. ते नियम शाश्वत स्वरूपाचे आहेत.

२) निर्मिकाची संकल्पना

महात्मा फुले यांनी 'निर्मिक' हा शब्दप्रयोग वापरला आहे. निर्मिक हा संपूर्ण जगाचा निर्माता आहे. निर्मिक हा एकच आहे. त्या निर्मिकाचे स्वरूप व्यापक आहे. निर्मिक हा मूर्त स्वरूपात नसून तो अमूर्त स्वरूपात असल्याने तो निर्गुण आहे. त्याला रंग व रूप नाही. त्या बरोबरच त्याला राग, लोभ, द्वेष व मत्सर अशा भावनादेखील नाहीत. निर्मिक हाच संपूर्ण विश्वाचा निर्माता असल्याने तो सर्व मानवप्राण्यांना आपल्या पित्याप्रमाणे आहे. मानवाने परस्परांमध्ये भांडण करू नये. सर्वांनी मिळून मिसळून, प्रेमाने रहावे. परस्परांना सहकार्य करून सर्वांनी आनंदी रहावे असे निर्मिकाला वाटते. अशी निर्मिकाची संकल्पना महात्मा फुले यांची होती.

३) सार्वजनिक सत्यधर्माची मूलतत्त्वे

सार्वजनिक सत्यधर्माची मूलतत्त्वे समता या मूल्यावर आधारेली आहेत. ती मूलतत्त्वे पुढीलप्रमाणे आहेत -

१) निर्मिक हा एकच आहे.

२) निर्मिक हा निर्गुण, निराकार, निर्विकार व सत्यस्वरूप आहे.

३) सर्व मनुष्यप्राणी निर्मिकाची लेकरे आहेत. त्यांचे हक्कही समान असले पाहिजेत.

४) या निर्मिकाशिवाय (निर्मित्याशिवाय) इतर कशाची पूजा करणार नाही.

५) निर्मिकाची भक्ती करण्याचा पूर्ण अधिकार प्रत्येकाला आहे. त्यासाठी मध्यस्थाची किंवा पुरोहिताची आवश्यकता नाही.

६) निर्मिक सअवयवरूपाने अवतरत नाही.

७) पुनर्जन्म, परलोक, मोक्ष, कर्मकांड, जपतप या गोष्टी अज्ञानमूलक आहेत.

४) सत्य ईश्वर

मानव सत्यानुसार व्यवहार करेल तर तो सुखी होईल. सुखी होण्यासाठी दुसरा मार्ग नाही. सत्य सर्वांचे अधिस्थान आहे. सर्व धर्माचे सत्य हे स्थान आहे. सर्व सुखाचा आधार धर्म आहे. सत्य ईश्वर आहे; त्यासाठी कर्मकांडांची गरज नाही असे महात्मा फुले यांचे मत आहे.

४) सात्त्विक आचरण

निर्मिक सर्वाची माहिती ठेवतो. त्यांच्या नामस्मरणाची गरज नाही. त्यासाठी त्याच्या अस्तित्वावर मनामध्ये सदा विश्वास ठेवावा. इतर लोकांशी साधा, सरळ व सात्त्विक व्यवहार करावा.

५) मध्यस्थाला नकार

महात्मा फुले यांनी स्वर्ग-नरक, शुभ-अशुभ या संकल्पना नाकारलेल्या आहेत. त्यांच्या मते स्वर्ग, नरक, शुभ-अशुभ या गोष्टी निर्मिकाने निर्माण केल्या नाहीत. मध्यस्थांनी या गोष्टींची निर्मिती केली आहे. मध्यस्थ मानवाच्या कमकुवतपणाचा फायदा उठवतो.

६) ग्रंथप्रमाण्यवादास विरोध

महात्मा फुले यांनी धर्मग्रंथाच्या प्रमाण्यास विरोध केला आहे. त्यांच्या मते, कोणत्याही धर्माचा ग्रंथ ईश्वरनिर्मित नाही. सर्व धार्मिक ग्रंथ मानवानं निर्माण केले आहेत. ते समान व शाश्वत नाहीत; त्यामुळे मानवाच्या हितास उपयुक्त नाहीत.

७) मानव समानता

निर्मिकांनी सर्व मानव समान मानले आहेत. उच्च, श्रेष्ठ, कनिष्ठ, पुरूष-स्त्री भेदभाव, जातीभेद असा कोणताही भेदभाव निर्मिकाने केला नाही.

८) नीती ही सत्य

महात्मा फुले यांनी नीतिला सत्य मानले आहे. सत्य आणि नीती वेगळी असत नाही. आपल्या सर्वांना निर्माण करणाऱ्या निर्मिकाला संतोष देण्यासाठी सार्वजनिक सत्याला अनुसरून वागावे. इतर व्यक्तीबरोबरचा व्यवहार सत्यावर आधारित करावा. त्यास नीतिमान म्हटले जाईल.

९) इहवादी मार्ग

महात्मा फुले यांनी सार्वजनिक सत्यधर्म संकल्पनेत इहवादी जीवन मार्ग सुचविला आहे. सार्वजनिक हित जपणारा धर्म त्यांनी मांडला आहे. हा जीवन मार्ग सर्व मानवजातीचे

कल्याण करणारा आहे. सत्यधर्म नास्तिक मताचा नाही. तो आस्तिक, इहवादी धर्म मत आहे. त्यांच्या मते, निर्मिकाने मानवाला मानवी अधिकार देवून निर्माण केले आहे. त्या मानवी अधिकाराचा उपयोग करण्यात व्यक्तीचे सुख सामावले आहे. मानवी अधिकाराचा उपयोग करून त्यानुसार सत्यधर्म व्यवहार करणे म्हणजेच सत्यधर्म होय.

१०) विवेकाचे मध्यवर्ती सूत्र

महात्मा फुले यांनी त्यांच्या सार्वजनिक सत्यधर्मात विवेकावर भर दिला आहे. भावना आणि विवेक यांपैकी विवेकावर त्यांनी भर दिला. निर्मिकाबद्दल पूज्यभाव व कृतज्ञता बुद्धी आवश्यक आहे. परंतु भाईचारामध्ये देखील पूज्यभाव व कृतज्ञता हवी. त्यावेळी निर्मिकाला वेगळे शोधण्याची गरज नाही.

II) डॉ. बाबासाहेब आंबेडकरांची धर्मसंकल्पना

डॉ. बाबासाहेब आंबेडकरांची धर्म संकल्पना त्यांच्या समग्र साहित्यामध्ये सामावलेली आहे. परंतु विशेष 'बुद्ध अँड हिज धम्म' या पुस्तकामध्ये ती एकत्र आली आहे. डॉ. बाबासाहेब आंबेडकरांच्या धर्म संकल्पनेची वैशिष्ट्ये पुढीलप्रमाणे आहेत–

१) नीतीची संकल्पना

डॉ. बाबासाहेब आंबेडकरांची धर्मसंकल्पना म्हणजे नीतीची संकल्पना आहे. डॉ. बाबासाहेब आंबेडकर धर्म आणि धम्म या संकल्पनांत फरक करत होते. डॉ. बाबासाहेब आंबेडकरांच्या मते ,'धम्मात नीतीचे स्थान कोणते?' याचे उत्तर असे की, नीती म्हणजे धम्म आणि धम्म म्हणजे नीती. त्याच्या मतानुसार धम्मात देवाचे स्थान नीतीने घेतले आहे.

२) नीती हे धम्माचे सार

डॉ. बाबासाहेब आंबेडकरांनी नीती हे धम्माचे सार आहे, असा विचार मांडला आहे. नीती शिवाय धम्म नाही. धम्मात माणसाने माणसावर प्रेम केले पाहिजे. यातूनच नीतीचा उगम होतो. माणसाने नीतिवान व्हायचे ते स्वहितासाठीच, माणसाने माणसावर प्रेम केले पाहिजे.

३) धम्म संकल्पनेत समाजविचार

डॉ. बाबासाहेब आंबेडकरांच्या धम्म संकल्पनेत व्यक्तीविचारापेक्षा समाजविचार अधिक समर्थपणे आला आहे. नीती व्यापक आणि पवित्र असण्याची आवश्यकता आहे; कारण त्यामुळे व्यक्तिविकासाला संरक्षण मिळेल असे त्यांना वाटत होते.

४) धर्मसुधारणांची आवश्यकता

डॉ. बाबासाहेब आंबेडकरांनी १९३५ सालापासून धर्मसुधारणेच्या चळवळीची

आवश्यकता प्रतिपादन केली होती. 'जातिसंस्थेचा उच्छेद' या नावाने १९३६ साली प्रसिद्ध झालेला भाषणात त्यांनी हिंदुधर्माची विस्तृत समीक्षा केलेली आहे. त्यांनी तेव्हा असा सिद्धान्त मांडला की, जगाचा इतिहास आपल्याला असे सांगतो की, राजकीय क्रांत्या या सामाजिक आणि धार्मिक क्रांत्यांच्या पार्श्वभूमीवरच होत असतात. भारतीय समाजाने राजकीय क्रांती करावयाची असेल तर सामाजिक आणि धार्मिक क्रांती करणे आवश्यक आहे, असे त्यांच्या विचारांचे सूत्र आहे.

५) बौद्ध धर्माची पुनर्रचना

डॉ. बाबासाहेब आंबेडकरांनी बौद्ध धर्माची पुनर्रचना केली होती. त्यांनी बौद्ध धर्माची आधुनिक व्याख्या केली. त्यांनी बौद्ध धर्मातील पुनर्जन्माची संकल्पना नाकारली. त्यांनी सामाजिक बाजूवर भर दिला. सामाजिक किंवा नीतिच्या मुद्यांचा समावेश डॉ. बाबासाहेब आंबेडकरांनी धर्मात केला. त्यांचा समावेश 'द बुद्ध अँड हिज धम्म' या पुस्तकात केला. तसेच त्यांनी 'जनता' मध्येदेखील लिखाण त्या संबंधी सुरू केले होते. यातूनच बौद्ध धर्माची पुनर्रचना डॉ. बाबासाहेब आंबेडकरांनी केली होती, असे दिसते.

६) मानवमुक्तीचा धर्म

१९५० मध्ये डॉ. बाबासाहेब आंबेडकरांनी 'जर्नल ऑफ द महाबौधि सोसायटीच्या द बुद्ध अँड द फ्यूचर ऑफ हिज रिलीजन' हा लेख प्रकाशित झाला. बौद्ध धर्म जगाचा धर्म असावा. जुन्या जगापेक्षा नवे जग वेगळे आहे; म्हणून त्याला बौद्ध धर्माची गरज आहे. त्यांनी १९५१ मध्ये भारतात 'बौद्ध जनसंघ'ची स्थापना केली. त्यानंतर १९५५ मध्ये भारतीय बौद्ध महासभा असे त्यांचे रूपांतर झाले. बौद्ध धर्माला उचित मानण्याचे कारण नीति किंवा नैतिकता आणि विवेकशीलता ही दोन तत्त्वे होती. नैतिकता व विवेकशीलतेची गरज आहे असे डॉ. बाबासाहेब आंबेडकरांचे मत होते; यातून मानवमुक्तीचा विचार त्यांनी मांडला. यावर आधारीत डॉ. बाबासाहेब आंबेडकरांच्या धर्म संकल्पनेच्या चार गोष्टी दिसतात.

१) नैतिकतेचा सिद्धान्त प्रत्येक समाजात असावा. नैतिकतेवर आधारित शासन करण्याचा सिद्धान्त असावा.

२) धर्माला काम करावयाचे असेल तर त्याने विवेकाच्या आधारे करावे त्यांचे दुसरे नाव विज्ञान असेल.

३) नैतिकता संहितेत स्वातंत्र्य, समता व बंधुभाव यांना सामील करावे. धर्म या तीन सिद्धातांना ओळखणार नसेल तर त्यांचे महत्त्व राहणार नाही.

४) धर्माने गरिबीला मान्यता देऊ नये.

७) बौद्धधर्माचे गुण

बौद्ध धर्माची पुर्नव्याख्या करून डॉ. बाबासाहेब आंबेडकरांनी सामाजिक मुक्तीचा विचार मांडला. त्यानुसार बौद्ध धर्माचे गुण पुढील आहेत –

१) बौद्ध धर्म ईश्‍वर, आत्मा, स्वर्ग याबद्दल वाद उपस्थित करत नाही; म्हणजेच या संकल्पना नाकारतो.

२) बौद्ध धर्म मार्ग व नीती यांच्या मध्यवर्ती आहे.

३) बौद्ध धर्म स्वातंत्र्य, समता, बंधुभाव आणि न्याय यांच्यावर विश्वास ठेवतो.

४) हा धर्म गतिशील, वैज्ञानिक आणि समजण्यास योग्य असा आहे. हे बौद्ध धर्माचे गुण आहेत. म्हणून डॉ. बाबासाहेब आंबेडकरांनी बौद्ध धर्माचा पुरस्कार केला.

क) लोकशाही (Democracy)

महात्मा फुले आणि डॉ. बाबासाहेब आंबेडकरांनी लोकशाहीचा विचार मांडला होता. महात्मा फुलेंच्या विचारातून सामाजिक लोकशाहीची संकल्पना घडत गेली होती.

अ) महात्मा फुलेंची सामाजिक लोकशाहीची संकल्पना

महात्मा फुले यांच्या विचारांमध्ये स्वातंत्र्य समता या मध्यवर्ती संकल्पना आहेत. त्यांनी स्वातंत्र्याचा देखील अर्थ मांडला आहे. शोषणमुक्त समाजाची त्यांची संकल्पना होती. शोषणामुक्त समाजाच्या संदर्भात महात्मा फुले सामाजिक लोकशाहीचा विचार मांडत होते. त्यांनी सामाजिक लोकशाहीचा अर्थ बळीराजाच्या संदर्भातदेखील स्पष्ट केला आहे. राज्यसत्तेने दमनशक्तीचा कमीत कमी वापर करणे हाच जनतेच्या स्वातंत्र्याचा खरा अर्थ असतो, असे महात्मा फुलेंचे मत होते. जे सत्यवचन व सत्याचरण करतात त्यांना बाह्य दंडशक्तीची गरज नसते. लष्कर, पोलीस, न्यायाधीश, तुरुंगाधिकारी यांना फाटा देता येतो. बळीचे राज्य महात्मा फुलेंच्या मते, न्यूनतम दमनशक्तीचा वापर करत होते. बळीच्या नवखंडात्मक राज्याच्या प्रत्येक खंडाचा कारभार शूर व गुणवान खंडोबाच्या हाती होता. खंडोबा, म्हसोबा, काळभैरव, नवखणची जागाई, नवसोबा, साती आसरा या अधिकाऱ्यांच्या हाती सत्तेची सूत्रे होती. हे अधिकारी जनजीवनाशी एकरूप असल्यामुळे त्यांची सत्ता दडपशाहीची नव्हती. लोकांत ऐक्यभावना होती. न्याय सर्वांसाठी सहज सुलभ होता. हे बळीच्या राज्याचे चित्रण म्हणजेच लोकशाही

राज्याचे आदर्श चिंतन होय. त्यांनी स्वातंत्र्य, समता, न्याय या मूल्यांचा लोकशाही संकल्पनेत पुरस्कार केला होता.

१) बळीराजाचा आणि लोकशाहीचा अन्वयार्थ

महात्मा फुले यांनी बळीच्या राज्याचे समर्थन केले होते. 'इडा पीडा जावो आणि बळीचे राज्य येवो' अशी महात्मा फुलेंची भूमिका होती.

२) सामाजिक समता

महात्मा फुलेंच्या लोकशाही संकल्पनेचा आधार बळी राज्याच्या स्वातंत्र्य, समता व न्याय यामध्ये आहे. तसेच महात्मा फुले यांनी सामाजिक समता हा मध्यवर्ती विचार मांडला होता. त्यामुळे राज्यकर्ते व जनता, स्त्री-पुरुष विषमता, जातिविषमता, आर्थिक शोषण, धार्मिक शोषण यातून व्यक्तीची मुक्ती हा महात्मा फुले यांच्या विचारांचा मुख्य आधार होता; त्यामुळे महात्मा फुले यांनी सामाजिक समता हा लोकशाहीचा आधार मानला होता.

३) प्रजाहित दक्ष

महात्मा फुलेंच्या विचारात प्रजाहितदक्ष राज्याचा विचार येतो. राज्यसंस्था ही लोकानुवर्ती असावी. राज्यकर्ते हे जुलमी ऐषारामी व व्यसनी नसावेत. त्यांनी प्रजाहित दक्ष असावे. यांचा अर्थ महात्मा फुले जबाबदारीचे तत्त्व मांडत होते. महात्मा फुले यांनी लोकशाहीतील जबाबदारीच्या तत्त्वाची या संदर्भात मांडणी केली होती.

४) निर्मिकाचे राज्य

महात्मा फुले यांनी निर्मिकाची संकल्पना मांडली आहे. त्यामुळे निर्मिक म्हणजेच नीति होय. सत्य म्हणजेच नीति आणि निर्मिक असे महात्मा फुलेंचे विचार आहेत. त्यामुळे लोकशाहीमध्ये लोकांच्या मधील संबंध हे नीतिनुसार असावेत. निर्मिकांची संकल्पना ही नीतिची संकल्पना आहे; त्यामुळे साहजिकच महात्मा फुलेंच्या विचारातील निर्मिकाचे राज्य हे सर्व लोकांच्या सहभागाचे राज्य आहे. तसेच ते नीतिचे राज्य आहे; शिवाय सत्याचे राज्य आहे; यातून महात्मा फुलेंचा विचार हा लोकशाहीला नीतिची जोड देणारा ठरतो. नीति आणि लोकशाही यांचा एकत्रित विचार लोकशाही संदर्भात महात्मा फुलेंनी मांडला आहे.

ब) डॉ. बाबासाहेब आंबेडकरांची लोकशाहीची संकल्पना

डॉ. बाबासाहेब आंबेडकरांची लोकशाहीची संकल्पना उदारमतवादी लोकशाही संकल्पनेच्यापेक्षा जास्त व्यापक व सामाजिक आशय असलेली आहे.

१) लोकशाहीची व्याख्या

वॉल्टर बेजहॉट, अब्राहम लिंकन यांच्या लोकशाहीच्या व्याख्यापेक्षा वेगळी लोकशाहीची व्याख्या डॉ. बाबासाहेब आंबेडकरांनी केली आहे. त्यांच्या मते, ''लोकशाही हा शासनाचा असा प्रकार होय की, ज्याद्वारे रक्तपाताशिवाय लोकांच्या आर्थिक व सामाजिक जीवनात क्रांतिकारक बदल घडवून आणले जातात.''

२) संसदीय लोकशाही

डॉ. बाबासाहेब आंबेडकर संसदीय लोकशाहीचे पुरस्कर्ते होते. त्यांनी संसदीय लोकशाही पद्धतीची तीन वैशिष्ट्ये महत्त्वाची मानली होती –

१) वंशपरंपरेच्या तत्त्वास नकार आणि नियमितपणे व नियमित वेळा खुल्या निवडणुकांच्याद्वारे सत्तांतर हा त्यांना महत्त्वाचा मुद्दा वाटत होता.

२) शासन व्यवहारात एका व्यक्तीच्या ऐवजी लोकप्रतिनिधींद्वारा विधिनिमय निर्मिती होते.

३) प्रतिनिधी व मंत्री यांना ठराविक कालावधीनंतर नागरिकांची सहमती घ्यावी लागते.

३) लोकशाहीच्या अपयशाची कारणे

डॉ. बाबासाहेब आंबेडकरांनी संसदीय लोकशाहीचा पुरस्कार केला. मात्र, त्या बरोबरच लोकशाहीच्या अपयशाची कारणे देखील नोंदविली आहेत. संथप्रगती, संघटनेतील दोष ही लोकशाहीच्या अपयशाची कारणे आहेत असे डॉ. बाबासाहेब आंबेडकर म्हणतात.

४) लोकशाहीच्या यशाच्या अटी

लोकशाही यशस्वी होण्यासाठी डॉ. बाबासाहेब आंबेडकरांनी सात अटी म्हत्त्वाच्या मानल्या आहेत.

१) विषमता नसावी

समाजात अती विषमता असता कामा नये. एकाच वर्गाकडे सर्व मान–मराबत विशेषाधिकार व इतर अन्यायात व दारिद्र्यांत पडलेले, असे चित्र असू नये. संसदीय लोकशाहीच्या अपयशाची बीजे सामाजिक व आर्थिक विषमता या कारणामध्ये असतात, त्यामुळे विषमता नसावी.

२) विरोधीपक्ष व बहुपक्षांचे अस्तित्व

लोकशाही अधिकारशाहीला विरोध करते. त्यामुळे संसदेत शासनास आव्हान

देणारे प्रतिनिधी हवेत. विरोधक सरकारला सतत धारेवर धरतात. त्यामुळे शासनाला त्याच्या प्रत्येक कृतीचे समर्थन, जे त्याच्या पक्षात मोडत नाहीत; त्याच्या समोर करावे लागते. इंग्लंड व ऑस्ट्रेलिया इत्यादी संसदीय लोकशाही देशांत विरोधी पक्षनेत्यास देण्यांत येणारे वेतन व पुरविण्यात येणाऱ्या कार्यालयीन सुविधा यांचा डॉ. बाबासाहेब आंबेडकरांनी गौरवपूर्वक उल्लेख केला आहे.

३) कायदा व लोकप्रशासनात समतेचे तत्त्व

कायदा व लोकप्रशासनात समतेच्या तत्त्वांचा आदर करणे हे तत्त्व डॉ. बाबासाहेब आंबेडकर महत्त्वाचे मानत होते. राजकीय कार्यकारी व प्रशासकीय कार्यकारी असा फरक त्यांना महत्त्वाचा वाटतो. सनदी नोकरशाहीमध्ये किंवा प्रशासनात राजकीय हस्तक्षेप करू नये असा विचार डॉ. बाबासाहेब आंबेडकर मांडतात.

४) घटनात्मक नैतिकतेचा पाठपुरावा

राज्यघटनेतील शब्दांमागे जी नैतिकता दडलेली आहे. ती त्यांना अधिक महत्त्वाची वाटते. रूढी व संकेतांद्वारे राजकीय नैतिकतेचे नियम इंग्लंडमध्ये पाळले जातात; त्यामुळेच इंग्लंडच्या घटनात्मक इतिहासात सरकारी व विरोधी पक्षांनी हे घटनात्मक नैतिकतेचे भान ठेवून योग्य संयम दाखविल्याची उदाहरणे दिसून येतात.

५) अल्पसंख्याकांची विश्वासार्हता

संसदीय पद्धतीत बहुमतवाल्या पक्षाने केवळ संख्याबळाच्या जोरावर अल्पसंख्यांकांवर अन्याय करता कामा नये. अल्पसंख्याकांची विश्वासार्हता टिकवणे हे लोकशाहीच्या यशाचे महत्त्वाचे गमक त्यांनी मानले आहे.

६) नैतिक मूल्यांबद्दल आदरभाव

संसदीय लोकशाही राबविण्याऱ्या समाजातच किमान नैतिक मूल्याबद्दल आदरभाव असावा. डॉ. बाबासाहेब आंबेडकरांच्या मते, लोकशाही शासन व्यवस्थेत अनेक क्षेत्रांत शासन हस्तक्षेप विरहित जीवनक्रम लोक जगत असतात. तसेच कायदे केल्यानंतरही लोकांचा नैतिक पाठिंबाच ते पाळले जाण्यासाठी साह्यभूत होत असतो.

७) सार्वजनिक पातळीवर जागृती

लोकशाहीच्या यशाची महत्त्वाची अट म्हणजे सार्वजनिक पातळीवर जागृती असावी लागते. सदसद्‌विवेकबुद्धीने अन्यायास विरोध, अयोग्य वर्तनाविरुद्ध

प्रतिक्रिया असावी. याखेरीज डॉ. बाबासाहेब आंबेडकरांनी विभूतिपूजा, सहिष्णुतेचा अभाव, जाती व्यवस्था, आर्थिक, सामाजिक न्यायाचा अभाव हे मुद्दे भारतीय लोकशाहीपुढील आव्हाने म्हणून सांगितले आहेत.

सराव प्रश्न :

१) फुले-आंबेडकरवाद ही विचारप्रणाली स्पष्ट करा.

२) महात्मा फुलेंची समतेची संकल्पना स्पष्ट करा.

३) डॉ. बाबासाहेब आंबडेकरांची समतेची संकल्पना लिहा.

४) महात्मा फुले व डॉ. बाबासाहेब आंबेडकर यांचे लोकशाहीबाबतचे विचार सांगा.

५) महात्मा फुलेची सार्वजनिक सत्यधर्म संकल्पना लिहा.

६) डॉ. बाबासाहेब आंबेडकरांची धम्माची संकल्पना सांगा.

७ गांधीवाद

Gandhism

अ) सत्य आणि अहिंसा (Truth and Non-Violence)

ब) सत्याग्रहाचा सिद्धान्त (Theory of Satyagraha)

क) ग्राम स्वराज्य (Gram Swaraj)

अ) सत्य व अहिंसा (Truth and Non-Violence)

प्रस्तावना

महात्मा गांधींनी मांडलेल्या विचारांना 'गांधीवाद' असे म्हटले जाते. महात्मा गांधींनी सत्य, अहिंसा, सत्याग्रह या संकल्पना प्रत्यक्ष व्यवहारात अंमलात आणल्या होत्या. सामाजिक, आर्थिक, राजकीय क्षेत्राबाबत गांधींनी विचार मांडले. महात्मा गांधींनी राजकारणाला नैतिकतेचा व अध्यात्माचा आधार असला पाहिजे असे म्हटले. गांधींवर त्यांच्या कुटुंबाचा मोठा प्रभाव होता. भगवद्गीता, रामायण, महाभारत तसेच जैन व बौद्ध धर्मातील तत्त्वाचा प्रभाव होता. बायबलनेही गांधींना प्रभावीत केले. रस्कीनच्या 'अन टू धिस लास्ट' या ग्रंथाचा गांधींवर फार मोठा प्रभाव होता. 'माझे सत्याचे प्रयोग' हे गांधींचे आत्मचरित्र अनेक तत्त्वांचा पुरस्कार करणारा ग्रंथच आहे. गांधींना रामराज्य निर्माण करायचे होते. त्याच दृष्टिकोनातून त्यांनी आपल्या विचारांची मांडणी केली.

१) महात्मा गांधींचे सत्याविषयीचे विचार : गांधीवादामध्ये सत्य व अहिंसा या संकल्पनांना अतिशय महत्त्वाचे स्थान आहे. अहिंसेच्या पालनात सत्य हा मूलभूत घटक आहे. गांधींच्या मते, सत्य म्हणजेच परमेश्वर व परमेश्वर म्हणजे सत्य होय. गांधींच्या संपूर्ण विचारांचा पाया म्हणजे सत्य हे मूल्य होय. सत्य केवळ शाद्बिक नसून

ते प्रत्यक्षात (कृतीत) दिसले पाहिजे. सत्य एक शाश्वत तत्त्व आहे. सत्यामुळेच असत्यावर विजय मिळवता येतो. सत्य ही संकल्पना गांधींनी सर्वांसाठी मांडली. सत्य स्थापन करण्यासाठी प्रसंगी मी आत्मबलिदान करण्यासही तयार राहीन, असे गांधीजी म्हणत होते. सत्य केवळ अहिंसेच्याच मार्गाने प्रस्थापित झाले पाहिजे. सत्यासाठीच्या संघर्षात संघर्षकर्त्याला जेव्हा असे वाटते की, आपण हिंसेकडे वळून सत्यापासून दूर जातो आहोत तेव्हा त्यांनी संघर्ष थांबवला पाहिजे. कोणत्याही परिस्थितीत व्यक्तीनी सत्यापासून दूर जाता कामा नये. सत्य हे अंतिम शाश्वत असते. सत्याचे आकलन व्यक्तीला झाले पाहिजे. गांधींच्या जीवनात सत्याला महत्त्वाचे स्थान होते; म्हणूनच गांधींनी स्वत:च्या आत्मचरित्राला 'माझे सत्याचे प्रयोग' असे नाव दिले.

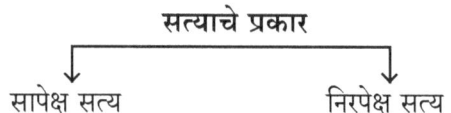

सत्याचे प्रकार

सापेक्ष सत्य — निरपेक्ष सत्य

१) सापेक्ष सत्य

जे सत्य स्थल, काल, परिस्थितीनुसार बदलत असते. त्या सत्याला गांधींनी सापेक्ष सत्य म्हटले. सापेक्ष सत्य हा गांधींनी सांगितलेला सत्याचा एक प्रकार आहे. सापेक्ष सत्य कधीही पूर्ण सत्य किंवा अंतिम सत्य असूच शकत नाही. अंतिम सत्याकडे नेणारी ही एक पायरी आहे.

२) निरपेक्ष सत्य

जे सत्य स्थल, काल, परिस्थितीनुसार बदलत नाही. त्याला 'निरपेक्ष सत्य' म्हणतात. गांधींनी सांगितलेला सत्याचा हा दुसरा प्रकार आहे. निरपेक्ष सत्य अंतिम व शाश्वत असते. निरपेक्ष सत्य म्हणजे परमेश्वर होय. व्यक्तीचा नैतिक विकास म्हणजे निरपेक्ष सत्य होय; एकूणच गांधीवादामध्ये सत्य या संकल्पनेला महत्त्वपूर्ण स्थान आहे. चांगला विचार व आचार यादृष्टीने व्यक्तीने सत्याचे पालन करणे अत्यावश्यक आहे. निरपेक्ष सत्य कधीही प्राप्त करता येत नाही. परंतु व्यक्तीने प्राप्त निरपेक्ष सत्याचे पालन कोणत्याही परिस्थितीमध्ये केले गेले पाहिजे; करण्याचा प्रयत्न करावा.

सत्याचे पालन करताना राग, लोभ, पैसा यांना नकार देऊन प्रेम, दया, त्याग यांचा स्वीकार केला पाहिजे. सत्य ही आत्म्याची शक्ती आहे. सर्वांनी सत्याचे पालन केल्यास समाजात अध्यात्मिक एकता निर्माण होईल.

२) महात्मा गांधींचे अहिंसेबाबतचे विचार

अहिंसा या तत्त्वाला महात्मा गांधी यांनी सामजिक व राजकीय परिमाण दिले. व्यक्तिगत जीवनाप्रमाणेच सामाजिक, राजकीय जीवनात सत्यशोधनाचा, सत्य प्रस्थापित

करण्याचा एकमेव मार्ग म्हणून गांधींनी अहिंसेचा स्वीकार केला. कोणत्याही व्यक्तीस शारीरिक किंवा मानसिक इजा न पोहचवणे म्हणजे नकारात्मक अहिंसा व प्रतिपक्षावर, विरोधकावर किंवा शत्रूवर प्रेम करणे म्हणजे भावात्मक अहिंसा असे गांधींनी अहिंसेचे दोन प्रकार सांगितले कारण त्यांची अहिंसेची संकल्पना व्यापक होती. दुसऱ्याचे वाईट चिंतणे, शत्रूत्वाची भावना बाळगणे यामुळे अहिंसेच्या तत्त्वाला बाधा येते 'अहिंसा म्हणजे प्रेम' अशी व्यापक व्याख्या महात्मा गांधी यांनी केली आहे. अहिंसक मार्गाचा वापर अन्याय शासनाविरुद्ध, देशांतर्गत दंगाधोप्याच्या व दंगलीच्या प्रसंगी, परकीय आक्रमणाविरुद्ध आणि स्वतःच्या कुटुंबात, संस्थेत, संघटनेत करणे शक्य आहे. अहिंसेचे आवाहन शेवटी व्यक्तीच्या सदसद्विवेकबुद्धीला केलेले आवाहन आहे. आत्म्याची प्रतिष्ठा राखण्याबद्दलचा आग्रह आहे. सत्याच्या प्रस्थापनेसाठी अहिंसेशिवाय पर्याय नाही. अहिंसा हे साधन आहे तर सत्य हे साध्य आहे. त्याच्यामध्ये फरक करणे अशक्य आहे. सत्य म्हणजेच अहिंसा. गांधी म्हणत तुम्ही जर साधनाबद्दलच्या विवेक राखला तर साध्य आपोआप प्राप्त होईल. सत्य व अहिंसा या एकाच अर्थाच्या संज्ञा असल्या तरी दोहोंपैकी एकाची निवड करण्याचा प्रसंग आला तर सत्याचीच निवड केली पाहिजे कारण ते सर्वोच्च आहे. दुर्बळाच्या अहिंसेचे उदात्तीकरण करण्यापेक्षा सापाची कास धरलेली अधिक चांगले आहे. (राज्यशास्त्र कोश, पान नं. २८)

महात्मा गांधींचे राजकारणाला व संपूर्ण जीवनाला अहिंसा हे महत्त्वपूर्ण योगदान आहे. सत्य प्रस्थापित करण्याचे अहिंसा हे प्रमुख साधन आहे. सत्य व अहिंसा ही दोन तत्त्वे परस्परांपासून अलग करता येत नाहीत. एकाच नाण्याच्या त्या दोन बाजू आहेत. व्यक्तीच्या आध्यात्मिक विकासामध्ये अहिंसेला महत्त्वाचे स्थान आहे. हिंसा व अहिंसा यातील फरक स्पष्ट करताना महात्मा गांधी म्हणतात, 'अहिंसा हा मानवाचा तर हिंसा हा पशुप्राण्यांचा गुण आहे. महात्मा गांधींनी त्यांच्या जीवनामध्ये अहिंसेला त्यांच्या श्वासाइतके महत्त्व दिले होते. धर्मग्रंथामध्ये सांगितलेल्या अहिंसा तत्त्वाचा वापर गांधींनी राजकारणाच्या क्षेत्रात केला. अहिंसेच्या मार्गाने त्यांनी हिंदुस्थानला स्वातंत्र्य मिळवून दिले.'

अहिंसेचा अर्थ : महात्मा गांधी म्हणतात, 'अहिंसा ही आत्म्याची, सत्याची शक्ती आहे. अहिंसा म्हणजे उदासिनता किंवा तटस्थता नव्हे. अहिंसा ही सकारात्मक व विधायक शक्ती आहे. हिंसेला 'नकार' देणे म्हणजे अहिंसा स्वीकारणे नव्हे. आपल्या बोलण्याने किंवा कृतीनेदेखील दुसऱ्याला दुःख पोहचणार नाही म्हणजे अहिंसा होय. महात्मा गांधींची अहिंसेची कल्पना व्यापक आहे. केवळ शारीरिक नाही तर मानसिकदेखील इजा होणार नाही यापद्धतीने अहिंसेचे पालन करण्यासाठी व्यक्तीजवळ

संयम हवा. अहिंसेमध्ये प्रेमाला दया, क्षमा, शांती, आदर या गुणांना महत्त्वाचे स्थान आहे. द्वेष, मत्सर, राग, सूड यांना नकार आहे.

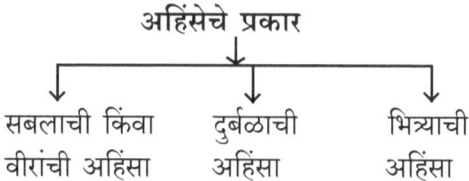

अहिंसेचे प्रकार

- सबलाची किंवा वीरांची अहिंसा
- दुर्बळाची अहिंसा
- भित्र्याची अहिंसा

१) सबलाची किंवा वीरांची अहिंसा : नैतिकदृष्ट्या जे लोक सक्षम आहेत, त्यांच्यासाठी महात्मा गांधींनी सबलाची अहिंसा हा प्रकार सांगितला आहे. ही अहिंसा सर्वश्रेष्ठ, सर्वव्यापी असते. ही अहिंसा मनापासून स्वीकारलेली असल्याने जीवनाच्या सर्वच क्षेत्रात तिचा वापर होतो. हिंसा करण्याची पूर्ण क्षमता असतानादेखील अहिंसेचे जाणीवपूर्वक पालन केले जाते.

२) दुर्बळाची अहिंसा : हिंसा करण्यासाठी सक्षम नसल्याने ही अहिंसा स्वीकारली जाते. म्हणजेच दुर्बळतेतून ही अहिंसा येत असल्याने ती सर्वव्यापी असूच शकत नाही, तर ती मर्यादित असते.

३) भित्र्याची अहिंसा : संकटाला सामोरे जाण्याऐवजी त्यापासून दूर जाऊन, भीतीपोटी ज्या अहिंसेचा स्वीकार केला जातो, तिला भित्र्याची अहिंसा म्हणतात. महात्मा गांधींनी या अहिंसेपेक्षा हिंसा स्वीकारण्यास प्राधान्य दिले कारण गांधींना पलायनवाद अमान्य होता.

सारांश

महात्मा गांधींनी मांडलेला अहिंसेचा विचार हा केवळ विचार नसून तो व्यवहार्य आहे. संपूर्ण मानवी जीवनामध्ये अहिंसेचे पालन पूर्णपणे करणे कोणालाच शक्य नाही याची जाणीव महात्मा गांधींना होती; म्हणूनच त्यांनी हिंसेचे व्यवहार्य अपवाद गृहीत धरले होते. सर्व व्यक्तींना ज्याप्रमाणे अहिंसेचं पालन करणे शक्य नाही, तसेच सर्व परिस्थितीमध्ये अहिंसेचे पालन अशक्य आहे या मर्यादांची जाणीव गांधींना होती. एकूणच गांधीवादाचे सत्य व अहिंसा या दोन संकल्पनांना महत्त्वपूर्ण स्थान आहे. अशा प्रकारे महात्मा गांधींचे सत्य व अहिंसेबाबतचे विचार सांगता येतात.

ब) सत्याग्रहाचा सिद्धान्त (Theory of Satyagraha)

गांधींची सत्याग्रह ही संकल्पना राजकीय विचार म्हणून मांडलेली आहे. संपूर्ण गांधीवादाचा गाभा म्हणजे सत्याग्रह होय. द. आफ्रिकेतील लढ्यापासून गांधींनी यांची

सुरुवात केली. भारतीय स्वातंत्र्य संग्रामामध्ये सत्याग्रहाचा वापर गांधींनी केला. सत्य प्रस्थापित करण्याचा मार्ग म्हणजे सत्याग्रह होय. आत्मक्लेशाच्या साहाय्याने अन्याय करण्याच्या हृदयात परिवर्तन घडवून आणणे म्हणजे 'सत्याग्रह' होय. सत्याग्रहात प्रेम, आपुलकी यांचा समावेश होतो. श.दा.जावडेकरांच्या मते, आपल्या न्याय हक्कांचे रक्षण करण्यासाठी तसेच गेलेले हक्क परत मिळवण्यासाठी सत्याग्रह तत्त्व उपयोगी पडते. व्यक्तिगत जीवनातील समस्या व सार्वजनिक जीवनातील समस्या सोडविण्याचा मार्ग म्हणजे सत्याग्रह होय. अन्यायाच्या विरोधात व्यक्तिगत, कौटुंबिक, सामाजिक व राष्ट्रीय पातळीवरती वापरता येते. सत्याग्रह करणाऱ्या व्यक्तीकडे फार मोठे आत्मबल असते. सत्याग्रहाने मानसिक, नैतिक व आत्मीक सामर्थ्य वाढते.

गांधीजींचे राजकारण आणि राजकीय तत्त्वज्ञान त्यांच्या अध्यात्मवादी प्रवृत्तीच्या पार्श्वभूमीवर ठळकपणे उठून दिसते. सत्याग्रह हे त्यांनी शोधून काढलेले एक नावीन्यपूर्ण हत्यार ठरले. सत्याग्रह ही एक आदर्श अशी कल्पना आहे. त्यांनी आचरिलेल्या कर्म योगाचाच एक अविभाज्य भाग आहे.

सत्याग्रह या शब्दाचा अर्थ असा की, सत्याचे रक्षण आणि संवर्धन करण्यासाठी विरोधकास त्रास देण्याऐवजी आत्मक्लेश करून घेणे.

अहिंसा, असत्य आणि अन्याय इ. गोष्टींचा प्रतिकार करण्याचा मार्ग म्हणजे सत्याग्रह होय. सत्याग्रहाचे घटक पुढील प्रमाणे संगता येतील – १) अन्याय करणाऱ्या विरुद्ध द्वेष भावना न ठेवणे; २) आतल्या आवाजाच्या सूचनेनुसार आचरण करणे; ३) कुठल्याही परिस्थितीत सत्य प्रतिपादन करण्यात पाऊल मागे न घेणे. सत्याग्रहाच्या कल्पनेत आत्मक्लेश आणि आत्मबल अशा आध्यात्मिक प्रक्रियांना महत्त्वाचे स्थान आहे.

सत्याग्रही कोणास म्हणावे? या प्रश्नास गांधीजी उत्तर देताना म्हणतात, 'जी व्यक्ती जनतेची आजन्म सेवा करण्याचे व्रत घेते ती व्यक्ती 'सत्याग्रही' होय. सत्याग्रहाचे खरे उद्दिष्ट विरोध नष्ट करणे हाच असावयास हवा, विरोधकास नष्ट करणे हा नसावा. परंतु हा आदर्श तेव्हाच आचरणात आणता येईल की जेव्हा व्यक्ती अहिंसेचे पालन करू शकेल.

गांधीजींनी सत्याग्रहीवरही काही बंधने घातली आहेत. ही बंधने नीती तत्त्वांवर आधारित असून कठोर आहेत. २६ मार्च १९३९ रोजी लिहिलेल्या लेखात सत्याग्रही होण्यासाठीच्या अटी स्पष्ट केल्या आहेत. त्या पुढीलप्रमाणे –

१) ईश्वरावर संपूर्ण श्रद्धा; २) सत्य आणि अहिंसा यावर अटळ श्रद्धा; ३) शुद्ध जीवन जगणे; ४) ध्येय पूर्ती करताना मृत्यूचीही भीती न वाटणे; ५) स्वत: कातलेल्या

सुताचे कपडे वापरणे; ६) निर्व्यसनी असणे; आणि ७) बंदीशाळेचे (जेलचे) नियमही शिस्तबद्ध रीतीने पाळण्याची मनाची तयारी ठेवणे. ८) त्याचप्रमाणे सत्याग्रहीने रचनात्मक कार्य सातत्याने केले पाहिजे.

म. गांधींनी सत्याग्रहाचे आधार स्पष्ट केले आहेत; ते पुढीलप्रमाणे–

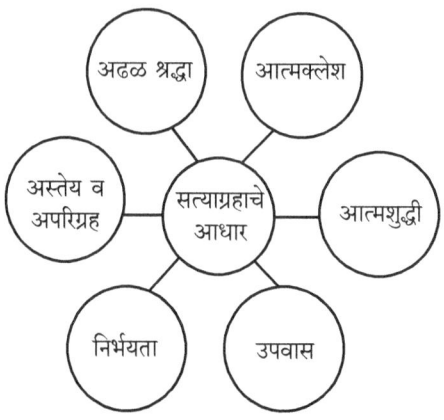

सत्याग्रहाचे आधार

१) अढळ श्रद्धा : सत्याग्रही व्यक्तीची सत्यग्रहावरती अढळ श्रद्धा असली पाहिजे; तरच तो यशस्वी होऊ शकतो.

२) आत्मक्लेश : सत्याग्रही व्यक्तीची आत्मक्लेश सहन करण्याची तयारी असली पाहिजे. प्रेम व आत्मक्लेश यांच्या साहाय्याने शत्रूच्या हृदयामध्ये परिवर्तन घडवून आणता येते. आत्मक्लेशामुळे व्यक्तीचे आत्मबल वाढते.

३) आत्मशुद्धी : आत्म्यांची पवित्रता, चरित्र्याची शुद्धता व अंत:करणाची निर्मळता यातून साध्य होते. आत्मशुद्धीतून आत्मबल वाढते.

४) उपवास : गांधींच्या मते, उपवास हे आत्मशुद्धीचे साधन आहे. उप म्हणजे जवळ तर वास म्हणजे रहाणे. ईश्वराच्या जवळ राहणे. हा उपवासाचा अर्थ आहे; यातून मानवाचे शरीर, मन, आत्मा शुद्ध होते.

५) निर्भयता : सत्याग्रह करणारी व्यक्ती भेकड असता कामा नये; तर ती निर्भय असली पाहिजे. तिच्या मनात कसल्याही प्रकरची भीती असता कामा नये. 'स्वातंत्र्यसंग्रामात निर्भय बनो' असा गांधीजीनी संदेश दिला.

६) अपरिग्रह व अस्तेय : अपरिग्रह म्हणजे भौतिक सुखाचा त्याग करणे तर अस्तेय म्हणजे चोरी न करणे होय. महात्मा गांधींनी या दोन तत्त्वांचा स्वीकार केला व सत्याग्रही व्यक्तीने या दोन तत्त्वांचे पालन करावे असे म्हटले.

२) सत्याग्रहाचे तंत्र किंवा मार्ग किंवा साधने

सत्याग्रहाचे तंत्र

उपोषण	संप	हिजरत	करबंदी	निरोधन	धरणे	असहकार	सविनय कायदेभंग	उपवास	हरताल	बहिष्कार

गांधीजींनी सत्याग्रहाची पुढील तंत्रे किंवा माध्यमे मांडली आहेत.

१) असहकार २) सविनय कायदेभंग ३) उपवास आणि ४) हरताळ

१) असहकार

अन्याय शासनास सहकार्य करण्याचे थांबविणे म्हणजे 'असहकार' होय. असहकार हा एक सत्याग्रहाचा भाग आहे. परंतु यामध्ये सविनय कायदेभंगाचा समावेश होत नाही. असहकारात सामान्य जनता मोठ्या प्रमाणात सामील होवू शकते कारण त्यात कायदेभंगामुळे होणाऱ्या शिक्षेचा प्रश्न उद्भवत नाही. असहकार म्हणजे गांधींच्या मते दुष्कृत्यात सहभागी होण्यास नकार देणे, परस्पर आदर व विश्वास यावर आधारलेल्या स्वयंस्फूर्ती सहकार्याचा आग्रह धरणे, लादलेल्या सहकार्यास किंवा शोषणात नकार देणे. असहकार फक्त अहिंसक मार्गानेच करायचा असतो. प्रतिपक्षाचा द्वेष करणे किंवा सूड घेणे हा त्याचा हेतू नसतो. असहकारातून अराजक व अव्यवस्था निर्माण होऊ द्यायची नसते म्हणून तो घटनात्मक मार्गच मानावा लागेल असे गांधी म्हणत पण त्याचवेळी त्याचा हेतू राज्य करणे कठीण व्हावे हा असतोच. कोणतेही शासन नागरिकांच्या सहकार्यावर आधारलेले असते म्हणून नागरिकांनी सहकार्य करण्याचे एकदम व पूर्णपणे थांबविले तर शासन यंत्रणा ठप्प पडेल. न्याय शासनाला सहकार्य करणे हे कर्तव्य आहे; त्याप्रमाणे अन्याय शासनास असहकार करणे हेही कर्तव्य आहे. मोठे संप, हरताळ, बंद, नोकऱ्यांचे राजिनामे देणे, शासनाने दिलेले मान-सन्मान, पदव्या परत करणे व प्रशासनावर बहिष्कार टाकणे याचा समावेश असहकारात होतो. (राज्यशास्त्र कोश, पान नं. २५,२६).

असहकाराच्या आंदोलनात वेग येण्यासाठी सामाजिक बहिष्कार आणि हरताळ इ. उपायांचाही उपयोग करून घेण्यास हरकत नाही. हरताळ पाडण्याचा उद्देश, विशिष्ट सार्वजनिक कार्य बंद पाडणे आणि शासनावर संघटित कृतीचा प्रभाव पाडणे हा असतो. परंतु गांधीजींनी येथे एक महत्त्वाची सूचना केली आहे की, हरताळाचा प्रयोग हा सततचा प्रयोग म्हणून करता कामा नये, अन्यथा त्याचा प्रभाव कमी होत जातो आणि शेवटचा महत्त्वाचा मुद्दा असा की, कुठेही हिंसेला प्रोत्साहन मिळणार नाही अशी दक्षता घेणे आवश्यक आहे. महात्माजींनी १९२०-२२ या काळात असहकारितेचे आंदोलन सुरू केले. त्यांचा कार्यक्रम पुढीलप्रमाणे होता –

१) सरकारी पदव्यांचा त्याग करणे तसेच विविध शासकीय समित्यांवरील पदांचा राजीनामा देणे; २) शासकीय उत्सवात भाग न घेणे; ३) सरकारमान्य शाळात व शैक्षणिक संस्थात प्रवेश न घेणे आणि राष्ट्रीय शिक्षण देणाऱ्या शैक्षणिक संस्था स्थापन करणे; ४) न्यायालायाकडे धाव न घेता न्याय पंचायती स्थापन करून आपसातील तंटे सोडविणे; ५) स्वदेशीचा वापर आणि विदेशी मालावर बहिष्कार टाकणे.

या चळवळीला १९२०-२२ मध्ये वेग आला. परंतु अचानक त्यात हिंसात्मक अत्याचार घडले. गांधींनी चळवळ त्वरित बंद केली.

२) सविनय कायदेभंग

महात्मा गांधींच्या सत्याग्रह या व्यापक संकल्पनेचा एक भाग म्हणून सविनय कायदेभंग या तत्त्वांकडे पाहिले जाते. सत्याग्रहातील ही एक अहिंसक कृती आहे. सविनय कायदेभंग म्हणजे नागरिकांनी शांततामय मार्गाने केलेल्या अन्याय कायद्याचा भंग होय. हेन्री डेव्हीडे थोरो या विचारवंतांने 'On the Duty of Civil Disobediensce (१८४९) या निबंधात ही संकल्पना पहिल्यांदा वापरली. महात्मा गांधींनी भारतीय स्वातंत्र्यसंग्रामात तिचा प्रत्यक्ष वापर केला. एखादा कायदा अन्यायकारक आहे म्हणून त्याचा भंग करणे व त्यामुळे होणाऱ्या शिक्षेला शांतपणे सामोरे जाणे किंवा कर भरण्यास नकार देणे यांचा समावेश सविनय कायदेभंगामध्ये होतो. महात्मा गांधींनी या संकल्पनेत कोणताही अनैतिक कायदा मोडणे हे नागरिकांचे कर्तव्य मानले आहे. सविनय कायदेभंग हा अहिंसक मार्गानेच करता येतो. सविनय कायदेभंगात होणारी शिक्षा विनातक्रार भोगावी, तुरुंगवास पत्करावा अशी अपेक्षा नागरिकांकडून केलेली असते. सदसद्विवेकबुद्धीला जे कायदे पटतात ते सर्व कायदे नागरिकांनी पाळावेत व फक्त अन्याय कायदाच अहिंसक मार्गाने मोडावा. सार्वत्रिक कायदेभंगातून बेबंदशाही व अराजक माजू नये याची काळजी घेतलीच पाहिजे. कायदेभंग करणाऱ्याने कोणत्याही प्रकारची प्रत्यक्ष हिंसा करू नये व शासनकर्त्याला इजा पोहचवण्याचा आमचा हेतू नाही, असा विश्वास त्याने निर्माण केला पाहिजे. कायदेभंग करणारा शासनकर्त्याकडे कोणत्याही दयेची याचना करत नाही तर उलट स्वत:ला क्लेश करून घेतो व शासनकर्त्याचे हृदयपरिवर्तन करून पोषक लोकमत तयार करतो. (राज्यशास्त्र कोश पान नं. ३३९)

या साधनाचा उपयोग गांधीजींनी फारच प्रभावीरीत्या राजकारणात केला. अन्याय्य आणि अनैतिक कायद्यांचा हेतुपूर्वक भंग करणे हा यामागील उद्देश होता. संघटित विरोध अहिंसात्मक मार्गांनी प्रकट करणे हाही त्यामागील उद्देश होता. या संदर्भात गांधींनी असा स्पष्ट आदेश दिला आहे की, सविनय कायदेभंगाची चळवळ चालविताना

त्या मागे काही उत्तम तत्त्व असावयास हवे, तसेच त्यामागे द्वेष अगर शत्रुत्वाची भावना असता कामा नये. मन शुद्ध ठेवूनच अशी चळवळ चालवावी.

३) उपवास

सत्याग्रहाचे हे अत्यंत महत्त्वाचे अंग आहे. उपवास या धार्मिक कल्पनेला गांधीजींनी व्यावहारिक स्वरूप दिले. वस्तुत: उपवास ही वैयक्तिक बाब आहे परंतु त्या साधनास त्यांनी सामाजिक स्वरूप दिले. उपवास जनतेचे आत्मबल वृद्धिगंत करतो. मागील चुकांचा अभ्यास करण्यास मदत करतो आणि अन्यायाचा प्रतिकार करण्यास सामर्थ्य देतो. विरोधकांवरही सद्भावनेचा प्रभाव पडून समस्या सुटण्यात मदत होते.

४) हरताळ

गांधीजींनी हरताळाचा सत्याग्रहाचे एक शस्त्र म्हणून वापर केला. आपल्यावर होणारा अन्याय दूर करून घेण्याचे श्रमिक वर्गाच्या हातातील हे शस्त्र आहे. परंतु हरताळ संपूर्णत: अहिंसक असणे आवश्यक आहे. त्यामागील सूत्र पुर्णपणे न्याय्य असावयास हवे. गांधींनी आणखी एक महत्त्वाचा मुद्दा या संबंधात प्रतिपादन केला आहे. तो असा की हरताळाच्या काळात, समाजातील प्रत्येक व्यक्तीला काहीना काही हस्तोद्योग येणे आवश्यक आहे. कारण त्याच्या आधारावर हरताळ काळात उदर भरण करू शकेल.

५) उपोषण

अन्याय करणाऱ्याचे हृदयपरिवर्तन करणारे साधन म्हणून महात्मा गांधी सत्याग्रह तत्त्वाकडे पाहतात. उपोषण करणाऱ्या व्यक्तीकडे शुद्ध अंत:करण व उच्च नैतिकता असणे गरजेचे आहे. उपोषण हे सत्याग्रहाचे तंत्र नेहमी सार्वजनिक हित प्राप्तीसाठी वापरले गेले पाहिजे. स्वयंशिस्त, श्रद्धा व दृढनिश्चय यांना उपोषणामध्ये महत्त्व आहे. आमरण उपोषण हाही एक प्रभावी मार्ग आहे. आत्मक्लेश सहन करण्याची उपोषणकर्त्याची जी ताकद असते त्यातून अन्याय करणाऱ्याचे मन बदलते व अन्याय दूर होतो. उपोषण हे सतत वापरण्याचे साधन नाही, असे महात्मा गांधी म्हणत.

६) हरताळ

अन्यायकारक कृती, निर्णय यांना विरोध करण्यासाठी दैनंदिन व्यवहार तात्पुरते बंद ठेवणे म्हणजे 'हरताळ' होय. दुकाने, शासकीय कार्यालये, वाहने, शाळा इ. सर्व बंद ठेवली जातात. हरताळ हा उत्स्फूर्त असण्याबरोबर अहिंसकदेखील असला पाहिजे.

७) बहिष्कार

शासनाशी असहकार पुकारलेला असतानासुद्धा जे लोक शासनाला मदत करतात

अशा लोकांवर समाजाने बहिष्कार टाकावा. सामाजिक व राजकीय क्षेत्रासाठी बहिष्कार टाकावा. या बहिष्कारामुळे चुकीचे काम करणाऱ्या किंवा जनहिताच्या विरोधी कृती करणाऱ्या व्यक्तीला तिच्या गैरकृत्यांची जाणीव होते व तो योग्य वर्तन करतो. बहिष्कार हे तंत्र नैतिक आहे त्यातून दुसऱ्याचा अपमान होता कामा नये. तसेच व्यक्तिगत, कौटुंबिक कारणांसाठी बहिष्काराचे तंत्र वापरू नये.

८) संप

कामगारांनी त्यांच्यावर होणारा अन्याय दूर करण्यासाठी 'संप' या साधनाचा वापर करावा, असे गांधी म्हणत. अन्यायी भांडवलदाराविरुद्ध कामगारांनी संप पुकारावा परंतु तो हिंसक असता कामा नये. संपामुळे भांडवलदारांचे मतपरिवर्तन होईल, असे महात्मा गांधी म्हणत.

९) हिजरत

एखाद्या अल्पसंख्याक समुदायावर बहुसंख्याकांकडून सतत अन्याय, अत्याचार होत असेल तर त्या समुदायाने तो भूप्रदेश सोडून दुसऱ्या भूप्रदेशामध्ये राहण्यास जाणे म्हणजे 'हिजरत' होय.

१०) निरोधन

लोकमताचा प्रभाव पाडून व्यक्ती किंवा गटाला चुकीच्या मार्गांपासून परावृत्त करणे म्हणजे 'निरोधन' होय. नशाबंदीसाठी निरोधन या साधनाचा वापर करावा असे महात्मा गांधी म्हणतात.

११) करबंदी

शासनाने लावलेले अन्यायकारक कर भरल्यास नकार देणे म्हणजे 'करबंदी' होय. करबंदी यामार्गाचा वापर आर्थिक क्षेत्रात करता येतो. यामुळे श्रीमंत वर्गामध्ये व शासनामध्ये जाणीव व जागृती घडविता येते.

१२) धरणे

एखादी व्यक्ती अन्याय करत असेल किंवा गैरवर्तन करत असेल तर अशा व्यक्तीला लोकनिंदेद्वारे समाजापुढे उघड करणे म्हणजे धरणे होय. हा मार्गाचा वापरदेखील अहिंसक पद्धतीनेच करावा असे गांधी सुचवितात.

सारांश

महात्मा गांधी यांनी सत्य प्रस्थापनेचा मार्ग म्हणून सत्याग्रह ही संकल्पना मांडली आहे. सत्याग्रही व्यक्तीकडे सत्याग्रहाचा मार्ग अवलंबिण्यासाठी काही गोष्टी असणे

अत्यंत गरजेचे आहे. तिने अहिंसेचे पालन करणे जसे गरजेचे आहे, तसेच आत्मक्लेश सहन करण्याची तिची तयारी असली पाहिजे. तिच्या नैतिक शक्तीमुळेच अन्याय करणाऱ्यांच्या हृदयामध्ये परिवर्तन घडणार आहे. अहिंसक मार्गाने अन्याय दूर करता येणार आहे. सत्याग्रहाचे विविध आधार व मार्ग गांधींनी सांगितले. या तत्त्वांचा वापर व्यक्तीला अन्यायी शासनाविरुद्ध करता येऊन अन्याय दूर करता येणार आहे. महात्मा गांधींच्या मते, सत्याग्रहामुळे व्यक्ती व समाज अहिंसक व शिस्तप्रिय होईल असे म्हटले आहे. अशा प्रकारे महात्मा गांधींची सत्याग्रहाची संकल्पना स्पष्ट करता येते.

क) ग्राम स्वराज्य (Gram Swaraj)

महात्मा गांधींनी ग्रामस्वराज्य किंवा राजराज्य ही कल्पना मांडली. 'हिंद स्वराज्य' या पुस्तकात गांधींनी आर्थिक विचार मांडले आहे. पाश्चिमात्य लोकशाहीला, औद्योगिकीकरणाला विरोध करत, विकेंद्रीत अर्थव्यवस्थेचा स्वीकार गांधींनी केला; त्यासाठी विश्वस्त संकल्पना मांडली. आर्थिक, राजकीय सत्तेचे विकेंद्रीकरण, छोटे छोटे लघुउद्योग, स्वयंशिस्त, स्वयंनिर्णय, गरजेपुरता वस्तुचा वापर हे विचार मांडले.

म. गांधींनी सत्य, अहिंसा, सत्याग्रह याबरोबर राजकीय विचारदेखील मांडलेले आहेत. राज्यसंस्थेला विरोध केला व अहिंसक समाजाचा पुरस्कार केला. 'हिंद स्वराज्य' या पुस्तकात गांधींनी राज्यसंस्थेवर टीका केली व रामराज्याचा पुरस्कार केला. राजराज्यामध्ये लोकशाहीचा स्वीकार केला. गांधींच्या ग्रामस्वराज्याविषयक विचारांना तीन बाजू आहेत.

१) गांधी राज्यसंस्थेवर टीका करून राज्यसंस्थाच नाकारतात.

२) राज्यसंस्था नष्ट होणे अशक्य आहे म्हणून रामराज्याची संकल्पना मांडतात. या रामराज्यामध्ये अहिंसक समाजाचा पुरस्कार करतात.

३) विकेंद्रीत ग्रामीण अर्थकारणाचा पुरस्कार त्यांनी केला आहे.

१) राज्यसंस्थेला विरोध

गांधींनी राज्यसंस्थेला विरोध केला म्हणून गांधी अराज्यवादी विचारवंत ठरतात. गांधींनी राज्यसंस्था नाकारून ग्रामस्वराज्य किंवा रामराज्य, अहिंसक स्वराज्यांचा पुरस्कार केला होता.

२) राज्यसंस्था : आत्मा नसलेले यंत्र

गांधींच्या मते, राज्यसंस्था आत्मा नसलेले यंत्र आहे. हे यंत्र निर्जीव असल्याने हिंसेचा वापर करते. व्यक्तीचा भौतिक आध्यात्मीक विकास घडवायचा असेल तर प्रत्येक व्यक्ती स्वतंत्र्य असली पाहिजे तसेच प्रत्येक व्यक्ती स्वयंशासित व स्वयं निर्णय

घेणारी असावी. राज्यसंस्था या गोष्टींना नकार देते; त्यामुळे गांधी म्हणतात की, 'राज्यसंस्था यंत्राप्रमाणे चालते म्हणून ती नाकारली पाहिजे.'

३) दंडशक्तीवर आधारित राज्यसंस्था

राज्यसंस्थेचा आधार शक्ती नसून लोकांची इच्छा आहे, असे गांधी मानत. परंतु राज्यसंस्था दंडशक्तीवर आधारित असते. पोलीस, लष्कर, तुरुंग, सैनिक, न्यायालये ही राज्यसंस्थेची अंगे दंडशक्तीचा वापर करतात. हिंसा-सक्ती-भीती या मार्गांचा वापर केल्याने व्यक्तीस्वातंत्र्य नष्ट होते. अशी दंडशक्तीवर आधारित राज्यसंस्था गांधी नाकारतात.

४) आध्यात्मिक विकासातील अडथळा

गांधींच्या मते, राज्यसंस्था दंड शक्तीच्या आधारे सक्तीने लोकांकडून आज्ञापालन करवून घेत असते. त्यामुळे व्यक्तिस्वातंत्र्य व स्वयंनिर्णयाचा अधिकार नष्ट होतो. व्यक्तीच्या आत्मीक विकासात राज्यसंस्था अडथळा ठरते. व्यक्तीचा आत्मीक विकास होण्यासाठी राज्यविरहित अंहिंसक समाज निर्माण केला पाहिजे.

५) राज्य अनावश्यक

गांधींच्या मते, अहिंसक समाजात व्यक्ती स्वयंशासित असते. तिला बाह्य नियंत्रणाची गरज नसते. या अर्थाने राज्यसंस्था आवश्यक नाही, असे गांधी म्हणतात.

६) पाश्चिमात्य प्रातिनिधिक लोकशाहीला विरोध

'हिंद स्वराज्य' या पुस्तकात गांधी ब्रिटिश पार्लमेंटला वेश्या असे म्हटले. पाश्चिमात्य प्रातिनिधिक लोकशाही भौतिकवाद व हिंसात्मक राज्यसंस्था यांनी बनलेली आहे. लोकशाहीत स्वयंशिस्त, स्वयंशासन व निर्णयनिश्चिती होत नाही म्हणून गांधी पाश्चिमात्य लोकशाहीला विरोध करतात.

७) ग्रामस्वराज्य संघ संकल्पना

प्रातिनिधिक शासनपद्धतीऐवजी जनप्रतिनिधी संकल्पना मांडली. लोकसेवेच्या भावनेतून ते कार्य करतील. १८ ते ५० वयोगटातील मतदारांकडून ते निवडले जातील. वृद्ध केवळ मार्गदर्शन करतील. प्रतिनिधींच्या निवडीसाठी गांधींनी अप्रत्यक्ष निवडणूक पद्धत सांगितली. गावचा राज्यकारभार ग्रामपंचायत नावाची यंत्रणा पाहिल. गावाच्या संदर्भातील सर्व निर्णय गावपातळीवरच घेतले जातील. प्रत्येक गाव स्वावलंबी असले. प्रत्येक गावाने आपला एक प्रतिनिधी निवडावा. त्या प्रतिनिधींचा मतदारसंघ असेल. या मतदारसंघाने सर्व वरिष्ठ स्तरावरील प्रतिनिधीची निवड करावी. सर्वसंमतीने

निर्णय घेतला जावा व सर्वांना समान प्रतिनिधित्व असावे. पोलीस, न्याय, तुरुंग या यंत्रणा सुधारग्रह या स्वरूपात कार्य करतील. कैद्यांनादेखील आर्थिकदृष्ट्या स्वावलंबी केले पाहिजे, असे महात्मा गांधी म्हणत. अहिंसक समाजामध्ये पोलीस, लष्कर यांची गरज नाही. परंतु जोपर्यंत संपूर्ण अहिंसक समाज निर्माण होत नाही, तोपर्यंत या संस्था कार्य करतील. पोलिसांनी शांतता, अहिंसा या तत्त्वाचा स्वीकार करावा. लष्करानेदेखील युद्धाला नकार देऊन या तत्त्वांचा स्वीकार करावा.

न्याय स्थापन करणे हे ग्रामस्वराज्याचे ध्येय असेल. प्रस्थापित न्यायव्यवस्थेला नकार देऊन गांधींनी जलद व स्वस्त न्यायदानाचा स्वीकार केला.

८) विकेंद्रीत अर्थव्यवस्था

म. गांधींनी दोन प्रकारे राज्यसंस्थेचे स्वरूप स्पष्ट केले – १) राज्यसंस्था पूर्णपणे नष्ट करता येत नाही हे लक्षात घेऊन मर्यादित प्रमाणात राज्यसंस्था गांधींनी स्वीकारली. आदर्श राज्य/अहिंसक समाज हे राज्यसंस्थेचे स्वरूप असेल तर विकेंद्रीत अर्थव्यवस्था ग्रामस्वराज्य हे दुसरे स्वरूप असेल असे गांधी म्हणतात.

९) विकेंद्रीकरण

म. गांधींनी सत्तेच्या केंद्रीकरणाला विरोध केला, पूर्णपणे राज्यसंस्था नष्ट करणे शक्य नसेल तर आर्थिक राजकीय सत्तेचे विकेंद्रीकरण करावे. आर्थिक व राजकीय सत्तेचे विकेंद्रीकरण करा. छोटे छोटे उद्योग ग्रामीण भागात निर्माण करून आर्थिक विकेंद्रीकरण करून शहरीकरण थांबवता येईल तसेच राजकीय सत्ता खालच्या स्तरापर्यंत वितरित गेली पाहिजे.

१०) स्वयंपूर्ण खेडे

म. गांधींनी ग्रामस्वराज्यांची कल्पना मांडली यालाच 'रामराज्य' म्हणतात. नैतिकता हा रामराज्यांचा गाभा आहे. हे लोकशाही पद्धतीचे या रामराज्यात खेड्यांना महत्त्वपूर्ण स्थान असेल. प्रत्येक खेडे हे स्वयंपूर्ण असेल. गावचा कारभार पंचायती मार्फत पाहिला जाईल. सर्वांच्या मताने निर्णय होतील; लोकं प्रतिनिधी निवडून देतील; प्रत्येक खेड्यात छोटे छोटे उद्योग निर्माण केले जातील. लोकांच्या गरजा गावातच भागविल्या जातील. रामराज्यातील व्यक्ती अहिंसक असल्याने पोलीस, लष्कर, न्यायालय यांची गरज भासणार नाही.

११) औद्योगिकीकरणाला विरोध

महात्मा गांधींनी पाश्चिमात्य औद्योगिकरणाला विरोध केला. त्यांच्या मते, औद्योगिकरणात जड उद्योगाचा विकास होतो त्यामुळे व्यक्तीच्या गरजा वाढतात.

व्यक्तीचा नैतिकविकास होत नाही. पर्यायी गांधींनी छोट्या उद्योगांचे समर्थन केले होते.

१२) भांडवलशाहीला विरोध

भांडवलशाहीला विरोध करत सर्वोदयी समाज स्थापन करण्याचा गांधींनी विचार मांडला. भांडवलशाहीतून यांत्रिकीकरण, औद्योगिकीकरण व शहरीकरण केले. स्पर्धा, लष्करवाद, साम्राज्यवाद यासारख्या प्रवृत्तीत वाढ होते.

१३) यंत्रयुगाला विरोध

यंत्रामुळेच मानवाची सृजनशीलता नष्ट होते. मानव यंत्राचा गुलाम होतो; त्यामुळे त्याचा आध्यात्मिक विकास होत नाही म्हणून गांधीजी यंत्रयुगाला विरोध करतात.

१४) कुटीरोद्योग

गांधींनी छोटी छोटी यंत्रे व कुटीरोद्योगाचा पुरस्कार केला. या माध्यमातून 'अर्थव्यवस्थेचे विकेंद्रीकरण' विचार मांडला. बेकारी, दारिद्र्य, कुटीरोद्योगांमार्फत दूर होऊ शकते. गांधीजींनी चरखा, सुतकताई इ.चा यात समावेश केला.

१५) स्वदेशीचा वापर

देशात उत्पादित झालेल्या वस्तूंचा वापर लोकांनी करावा. ग्रामीण भागात ते अतिरिक्त उत्पादन होईल ते शहरांच्या गरजांसाठी वापरावे. उत्पादनाच्या विक्रीची केंद्रे शहरात काढावी व परदेशी वस्तूंवर बहिष्कार टाकावा. स्वदेशीचा स्वीकार केल्याने आपली संपत्ती आपल्या देशात रहाते यातून ग्रामीण अर्थव्यवस्था स्थिर ठेवता येते.

१६) विश्वस्त संकल्पना

म. गांधींनी विश्वस्त संकल्पना मांडली आहे. गांधींना सर्वोदयी समाज हवा होता. यात प्रत्येक व्यक्तीचा आध्यात्मिक व नैतिक विकास झालेला असतो. श्रीमंताचा मात्र हा विकास होत नाही; कारण त्यांच्याजवळील अतिरिक्त संपत्ती होय. श्रीमंतांचा आध्यात्मिक व नैतिक विकास होण्यासाठी त्यांनी आपल्याजवळील अतिरिक्त संपत्तीचा त्याग केला पाहिजे. ती गरिबांच्या कल्याणासाठी वापरली पाहिजे. गांधींचा हा दृष्टिकोन म्हणजे विश्वस्त संकल्पना होय. जैन, ख्रिश्चन धर्मातून ही संकल्पना स्वीकारली. टॉलस्टॉय, सेंट पुंधा यांच्या संपत्तीविषयक विचारांचा प्रभाव गांधींवर होता. प्रत्येकाने आपल्या गरजा मर्यादित ठेवल्या पाहिजेत. राहणीमान साधे ठेवले व राहिलेल्या संपत्तीचा वापर गरिबाच्या कल्याणासाठी केला तर शांतता प्रस्थापित होईल. श्रीमंतांनी आपल्याकडील संपत्ती ही ईश्वराची आहे व ती ईश्वराच्या लेकरांसाठी वापरावी असे

गांधी म्हणतात. ज्यांच्याकडे संपत्ती आहे असे लोक संपत्तीचे मालक नसतात तर विश्वस्त असतात. ही संपत्ती गरिबांसाठी वापरली जाते का? हे पहाणे एवढेच त्याचे काम असते. आंतरराष्ट्रीय पातळीवरही विश्वस्त संकल्पनेतून विषमता नष्ट करता येईल. श्रीमंत राष्ट्रांनी आपल्या संपत्तीचा वापर गरीब राष्ट्रांच्या कल्याणासाठी केला तर जागतिक शांतता निर्माण होईल.

सारांश

गांधींच्या आर्थिक विचारात हे ग्राम स्वराज्याचे महत्त्व आहे. खेड्यांना महत्त्व, ग्रामीण अर्थव्यवस्था स्वयंपूर्ण, छोट्या उद्योगधंद्यांचा स्वीकार, विकेंद्रीकरण विश्वस्त संकल्पना या माध्यमातून गांधींनी अतिशय महत्त्वपूर्ण विचार मांडले. गांधींनी भारतात खऱ्या अर्थाने लोकशाही प्रस्थापित व्हावी असे स्वप्न पाहिले. सत्य, न्याय, नीती आणि अहिंसा यावर भारतीय राजकारण आधारलेले असावे असे त्यांचे स्वप्न होते. परंतु याचा अर्थ असा नाही की, भारताने सैन्य दल ठेवू नये, देशाचे संरक्षण करू नये. त्यांची अहिंसेची कल्पना अशी भोंगळ नव्हती. याचा भावार्थ इतकाच की, भारतीय लोकशाहीत अहिंसा या कल्पनेस महत्त्वाचे स्थान असावे.

राजकारणाचे आध्यात्मिकरण हा त्यांचा केवळ वरवरचा विचार नव्हता; तर त्यांनी आपल्या जीवनात तो विचार प्रत्यक्षात आणून दाखविला. त्यांचे हे सगळे प्रयोग पाहून भारतीय जनता त्यांना 'राष्ट्रपिता' मानू लागलीच, परंतु आंतरराष्ट्रीय क्षेत्रातही ते जनमान्यता पावले. अहिंसात्मक संघर्ष ही कल्पना जगाला त्यांनी दिलेली एक अनमोल देणगी आहे. अशा प्रकारे महात्मा गांधींचे ग्रामस्वराज्याबाबतचे विचार सांगता येतात.

सराव प्रश्न :

१) गांधींचे सत्याबाबतचे विचार सांगा.

२) गांधींचे अहिंसेबाबतचे विचार लिहा.

३) सत्याग्रहाचे आधार सांगा.

४) सत्याग्रहाची तंत्रे सांगा.

५) सत्याग्रहाचा सिद्धान्त स्पष्ट करा.

६) ग्रामस्वराज्य ही संकल्पना स्पष्ट करा.

८ | स्त्रीवाद
Feminism

अ) अर्थ व स्वरूप (**Meaning and Nature**)
ब) उदारमतवादी स्त्रीवाद (**Liberal Feminism**)
क) भारतातील स्त्रीवाद : जात, पितृसत्ताक व्यवस्था, महिला प्रतिनिधित्व
(**Feminism in India : Caste, Patriarchy, Women's
Representation**)

प्रस्तावना

अमेरिका, जपान आणि युरोपातील अनेक देशांमध्ये १९६२ नंतर आधुनिक कळातील स्त्री प्रश्नासंबंधीची चळवळ सुरू झाली. या चळवळीत मांडल्या गेलेल्या विचारांना 'स्त्रीवाद' किंवा 'स्त्रीमुक्तीवाद' असे नाव पडले. प्रारंभी युरोपातील नवीन डाव्या विचारांपासून बाजूला झालेल्या जहाल राजकीय विचारांच्या स्त्रियांना स्त्रीवादी म्हटले गेले ; पण पुढे स्त्रियांच्या मुक्तीच्या चळवळीलाच हे नाव पडले. या चळवळीत विविध वैचारिक छटा असल्या तरी स्त्रियांनाही पुरुषांप्रमाणे स्वत:चे आयुष्य घडविण्याचा अधिकार आहे. या मुळसुत्रांवर सर्वांचा भर आहे. स्त्री-पुरुषांमध्ये असणाऱ्या शारीरिक भिन्नतेमुळे स्त्रिया दुय्यम झाल्या नाहीत तर इतिहासाच व आजही भिन्न समाजव्यवस्थांनी स्त्री-पुरुषांच्या शारीरिक भिन्नतेला जे अर्थ दिले ; जे मूल्य चिटकविले त्यामुळे स्त्रियांची फसवणूक होते ; हा या विचारांचा मुख्य युक्तिवाद असून त्यातून प्रस्थापित समाजसमाजव्यवस्थेला शह मिळतो. हा विचार राजकीय, सामाजिक, सांस्कृतिक संस्थांना आव्हान देतो. स्त्री-पुरुषांमध्ये येणारा लिंगाधिष्ठित साचेबद्धपणा पुरुषांच्या स्त्रीविषयक प्रतिमा, स्त्रियांना समाजात परंपरेने मिळणारी भूमिका, पुरुषशाही इ. अनेक मुद्यांना या विचाराने हात घातला ; स्त्री जीवनावर आक्रमण करणाऱ्या पुढील गोष्टी –

१) उत्पादन व्यवस्थेतील स्त्रियांचे कार्य.
२) मानववंशाचे श्रमशक्तीचे प्रस्थापित मूल्य व्यवस्थेचे पुर्नउत्पादन इ. मधील स्त्रियांचे कार्य.
३) स्त्री-पुरुष भेद घडविणारे सामाजिक संस्कार प्रक्रिया आणि
४) लैंगिकता व स्त्रियांचे प्रश्न.

या चार प्रश्नांच्याभोवती स्त्रीमुक्तीवादी विचार केंद्रित झाला आहे.

स्त्रीमुक्तीवादी विचारवंत व कार्यकर्त्यांच्या मते बाल संगोपनाचे कार्य सर्वस्वी स्त्रीयांचेच आहे, असे मानले जाते. मुला-मुलींवर जाणिवपूर्वक वेगवेगळे संस्कार करणे, साहित्यात स्त्री-पुरुषांच्या साचेबंद प्रतिमा रचणे, नोकरी व्यवसायात स्त्री-पुरुषांना भिन्न संधी असणे. या सर्वांचा उगम लिंगवादी दृष्टिकोनातच असतो. अनेक देशांमध्ये संपत्तीचा वारसा, मिळकतीची वाटणी आणि विशेषत: गर्भपात या विषयीचे कायदे स्त्रियांवर अन्याय करणारे असतात; म्हणून स्त्रीमुक्तीवादी चळवळी गर्भपातांना कायदेशीर मान्यता, संतती प्रतिबंधक योजनांची माहिती व साधनांचा पुरवठा, वेश्या व्यवसायाला कायदेशीर संरक्षण, विवाह व घटस्फोट विषयक कायद्यांमध्ये बदल अशा मागण्या करण्यात आल्या आहेत. (राज्यशास्त्र कोश पान नं. ३७५)

अ) अर्थ व स्वरूप (Meaning and Nature)

स्त्रीवाद ही एक विचारप्रणाली आहे. तसेच स्त्रियांच्या शोषणाचे विश्लेषण करणारा सिद्धान्त आहे. या सिद्धान्तच्या आधारे स्त्रियांच्या शोषणाची कारणमीमांसा केली जाते. स्त्रीवादाचे चार अर्थ वेगवगळ्या काळात स्पष्ट केले गेले आहेत. १) आरंभीच्या काळात महिलांसाठी मताधिकाराचा हक्क मागणे हा स्त्रीवादाचा अर्थ होता. २) १९६० हा दुसरा टप्पा आहे. तेव्हा स्त्रीवादाने समानतेची मागणी करणारा अर्थ स्पष्ट केला. उदा. समान काम व समान वेतन इत्यादी. ३) त्यानंतर १९८०-९०च्या आसपास तिसरा स्त्रीवादाचा अर्थ स्पष्ट केला गेला. तेव्हा स्वातंत्र्याची मागणी स्त्रियांनी केली. ४) यादरम्यान भारतात स्त्रीवादाचा चौथा अर्थ स्पष्ट केला गेला. जातीच्या संदर्भात स्त्रीवादाचा अर्थ मांडला गेला. त्यामध्ये महात्मा फुले, व डॉ.बाबासाहेब आंबेडकर यांच्या विचारावर आधारित स्त्रीवादाची पुनर्रचना केली गेली. हे चार स्त्रीवादाचे अर्थ आहेत.

स्वरूप : महायुद्धोत्तर काळात स्त्रीचळवळ पाश्चात्त्य देशांमध्ये उदयाला आली. यातून स्त्रीवाद नावाची विचारप्रणाली जगासमोर आली. मानवी इतिहास, संस्कृती, समाज-व्यवस्था, नीती, मानवी संबंधांकडे पाहण्याची नवी दृष्टी स्त्रीवादाने जगाला

दिली. पहिल्या व दुसऱ्या महायुद्ध काळात युरोपमध्ये स्त्रियांनी अनेक सार्वजनिक जबाबदाऱ्या यशस्वीपणे पार पाडल्या. युरोपने महायुद्धाचे परिणाम पाहिले; त्यातून संघर्षापेक्षा सहकार्यावर भर देण्याची प्रक्रिया सुरू झाली; यातून युरोपियन ऐक्याची प्रक्रिया सुरू झाली. युरोपियन ऐक्याने जे आर्थिक व समाज वास्तव निर्माण केले, त्यातून स्त्रीवादाची दुसरी लाट निर्माण झाली. युरोपने एक उत्पादक शक्ती म्हणून स्त्रियांकडे पाहिले. त्यांना अर्थोत्पादनात सहभागी करून घेतले. कामाच्या ठिकाणी समान संधी व समान कामासाठी समान वेतन या तत्त्वाचा ट्रिटी ऑफ रोम यामध्ये उल्लेख केला गेला. अर्थाजनाच्या संधीमुळे स्त्रियांचे सक्षमीकरणे झाले. स्त्रीचे जीवनमान उंचावले; त्यातून तिला कर्तेपणाची जाणीव होत गेली. युद्धोत्तर ज्या विविध नव-सामाजिक चळवळी उदयाला आल्या, त्यामध्ये स्त्रीवादी चळवळ ही एक होय. सार्वजनिक जीवनामध्ये आपल्या क्षमता सिद्ध करून समाजात आपले दुय्यम स्थान का? हा विचार स्त्रीवादी चळवळीमध्ये चर्चिला गेला. सार्वजनिक क्षेत्रातील कामाची विभागणी लैंगिक आधारित होती. तसेच विज्ञान-तंत्रज्ञानामुळे उपलब्ध सुविधा, शिक्षण, अर्थार्जनाची संधी यामुळे स्त्रियांचे सबलीकरण झाले. परंतु सुपर वुमन यापद्धतीने तिने काम केले पाहिजे, अशी भूमिका घेतली गेली. स्त्रीवादाने स्त्री केवळ मनुष्य अथवा सार्वभौम व्यक्ती नसून स्त्रिया आहेत व स्त्री म्हणूनच आपण आपला शोध घेतला पाहिजे. हा विचार स्त्रीमनाचा गाभा होता; यातून स्त्रीत्वाची वेगळी ओळख निर्माण केली.

१) स्त्रीत्वाची स्वतंत्र ओळख : स्त्रीवादाने स्त्रीत्वाची स्वतंत्र ओळख सांगितली. आपले स्त्रीत्व हेच शोषणाचे मुख्य कारण आहे, असे म्हटले गेले. स्त्री-पुरुषातील लिंगात्मक शारीरिक भेद हे लिंगभावात्मक सामाजिक भेदामध्ये रूपांतरित होतात. त्यामुळे स्त्रीत्वाची जडणघडण निव्वळ जीवशास्त्रीय न राहता तो सामाजिक प्रक्रियेचा भाग बनतो. म्हणून सिमाँ दि बोवुवा म्हणतात की, 'स्त्री जन्माला येत नाही, तर ती घडविली जाते.' स्त्रीत्वाच्या सामाजिक जडणघडणीत स्त्रीच्या शोषणाची बीजे असतात. स्त्रीच्या लैंगिकतेची सामाजिक जडणघडण कशी होते, हे तपासले पाहिजे, असे स्त्रीवादाने सांगितले.

२) स्वत:च्या शरीरावरील हक्क : समाजव्यवस्था स्त्रीच्या शरीरावरचा तिचा हक्क नाकारते. स्त्रीवादाने स्त्रिया स्वत:च्या शरीरावरील हक्क मान्य करण्याबरोबरच त्याला नकार देणारे कायदे व प्रथा यांना विरोध केला. उदा. गर्भपाताला स्त्रीवादी चळवळींनी कायदेशीर मान्यता मिळवून दिली. निर्भयपणे व सुरक्षित रात्री शहरातून फिरण्याचा हक्क मिळविण्यासाठी युरोपमधील स्त्रीवाद्यांनी 'Reclaming the Night'

नावाचे आंदोलन केले. बलात्कारासंबंधीचे कायदे, सौंदर्य स्पर्धांना विरोध, प्रसारमाध्यमातून होणाऱ्या स्त्रीदेहाच्या प्रदर्शनास विरोध, कौटुंबिक हिंसाचारास विरोध असे अनेक प्रश्न स्त्रीवादाने हाताळले; यातून स्त्रीवादाचे स्वरूप विस्तृत व व्यापक बनत गेले.

३) स्त्रीमुक्ती : खाजगी व सार्वजनिक अशा दोन्ही जीवनांमध्ये स्त्रीला सुरक्षितता नाही. तिला अन्याय, अत्याचाराला सामोरे जावे लागते. पुरुषसत्ताक व्यवस्थेचे सर्वस्पर्शित्व व सर्वव्यापकता साठोत्तर स्त्रीवादाने मांडली. इतिहास, तत्त्वज्ञान, विज्ञान, तंत्रज्ञान, विकासाच्या कल्पना पुरुषकेंद्री आहेत. लिंगभाव ही स्त्रीचे शोषण करणारी यंत्रणा आहे, हे स्त्रीवादाने मांडले. स्त्रीदेह, खाजगी जीवन व सार्वजनिक जीवन या तीनही पातळीवर स्त्रीची दडपणूक व शोषण जोपर्यंत थांबत नाही, तोपर्यंत स्त्रीमुक्ती अशक्य आहे. या तीनही पातळीवर स्त्रीमुक्ती झाली पाहिजे, असे स्त्रीवादी अभ्यासकांनी मांडले; यातून स्त्रीवादाचे स्वरूप व्यापक आहे.

४) स्त्री संघटनांचा उदय : पश्चिमी जगामध्ये स्त्री-प्रश्नाच्या विविध बाजू मांडणाऱ्या विविध स्त्री संघटनांचा उदय झाला. अमेरिकेमध्ये १९६६ साली 'नॅशनल ऑर्गनायझेशन ऑफ वुमेन' ही संघटना स्थापन झाली. स्वीडन, नॉर्वे, रोम, इटली, डेन्मार्क या देशांमध्ये विविध स्त्री-संघटनांचा उदय झाला. त्याबरोबर 'करेज' व 'एमा' ही स्त्रीप्रश्न मांडणी नियतालिके उदयाला आली; तसेच मोठ्या प्रमाणावर स्त्रीवादी साहित्याची निर्मिती झाली. स्त्रीवादी संघटना, नियतकालिके, साहित्य यामुळे स्त्रीवादी विचारांमध्ये विविधता निर्माण झाली; यामधून स्त्रीवादाचे विविध प्रकार उदयाला आले. स्त्रीवाद केवळ पश्चिमी न राहता त्याला आंतरराष्ट्रीय स्वरूप प्राप्त झाले.

सारांश

स्त्रीवादाने संकुचित भूमिका न घेता व्यापक भूमिका घेतली. एक माणूस म्हणून मान्यता मिळविण्याबरोबर हक्कांसाठीचा लढा देत स्त्रीमुक्तीचा विचार मांडल्याने स्त्रीवादाचे स्वरूप व्यापक झाले. अशा प्रकारे स्त्रीवादाचा अर्थ व स्वरूप सांगता येते.

ब) उदारमतवादी स्त्रीवाद (Liberal Feminism)

दुसऱ्या महायुद्धानंतर भांडवलशाहीमुळे औद्योगिक समाज निर्माण झाला. या औद्योगिक समाजाने नवे सामाजिक प्रश्न निर्माण केले. या प्रश्नांना सामोरे जाताना पश्चिमी जगामध्ये नव्या सामाजिक चळवळीचा उदय झाला. स्त्रीवाद हा त्याचाच आविष्कार आहे. भांडवलशाही विकास व स्त्रीवाद यांच्यातील परस्पर संबंध लक्षात घेता, मार्क्सवाद्यांनी स्त्रीवादाला बुझ्र्वा विचारप्रणाली असे म्हटले. परंतु साठोत्तर स्त्रीवाद केवळ बुझ्र्वा विचार राहिला नाही, तर त्यातून उदारमतवादी, मार्क्सवादी,

समाजवादी, पर्यावरणवादी, गांधीवादी असे अनेक भांडवलशाहीविरोधी स्त्रीवाद निर्माण झाले.

१) उदारमतवाद व स्त्रीवाद यामध्ये अंतर

उदारमतवादामध्ये व्यक्ती म्हणजे पुरुष आहे व ती पुरुषव्यवस्थेच्या संदर्भात पुरुष व्यक्ती आहे. स्त्रीवादाने स्त्री म्हणजे निव्वळ पुरुष व्यक्ती नव्हे असे म्हटले. उदारमतवादामध्ये स्त्रीचा स्वतंत्र, विवेकशील व्यक्ती म्हणून विचार होऊ शकला नाही, तो स्त्रीवादाने केला. उदारमतवादाने केलेली मानवी जीवनाची खाजगी व सार्वजनिक ही विभागणी पुरुष वर्गाच्या बाजूने व स्त्री-हित विरोधी आहे. या तीन पातळ्यांवर उदारमतवाद व स्त्रीवाद यामध्ये अंतर आहे.

२) उदारमतवाद व स्त्रीवाद साम्य

असे असले तरी व्यक्ती जन्मत:च विचारक्षम, स्वयंभू, सार्वभौम, स्वतंत्र, समान आहेत. म्हणून स्त्री-पुरुष असा भेदभाव करणे अयोग्य आहे, हा उदारमतवादातील समता विचार स्त्रीवादाला मान्य आहे. उदारमतवादाने स्त्रीला व्यक्तीभान दिले; माणूस हा विवेकशील प्राणी आहे, हा विचार या दोहोंमध्ये असलेला दिसते.

३) उदारमतवादी स्त्रीवादाचे स्वरूप किंवा वैशिष्ट्ये

१) समतेचा पुरस्कार

साठोत्तर स्त्रीचळवळीत सर्वांत प्रभावी व लोकप्रिय ठरलेला स्त्रीवादाचा प्रकार म्हणजे उदारमतवादी स्त्रीवाद होय. मेरी वोलस्टनक्राफ्ट, हॅरियर टेलर, जे. एस. मील, मार्गारेट फुल्लर, हॅरियट मार्टिनो, ल्यूक्रेशिया मॉट, एलिझाबेथ कॅडी स्टँटन, बिटी फ्रिडन, जेनेट रॅडक्लिफ रिचर्ड्स व सुसान मॉलर ऑकिन या विचारवंतांना उदारमतवादी विचारवंत म्हटले जात. या सर्वांनी विवेकवाद, समता, स्वातंत्र्य, व्यक्तिवाद या तत्त्वांचा स्वीकार करून त्या संदर्भामध्ये स्त्रीजीवनाची व स्त्रियांच्या सामाजिक दर्जाची चिकित्सा केली. उदारमतवादी स्त्रीवादाचा गाभा म्हणजे स्त्री-पुरुष समानता हा होय. स्त्री विवेकशील असल्याने पुरुषाप्रमाणे त्यांनादेखील सर्व राजकीय, कायदेशीर हक्क मिळाले पाहिजेत, यावर उदारमतवादी स्त्रीवादाने भर दिला. समान नागरी हक्क, मताधिकार, शिक्षण, रोजगाराचा हक्क, सार्वजनिक जीवनातील प्रवेश व समान संधी इ. कार्यक्रम उदारमतवादी स्त्रीवादाने स्वीकारले. औपचारिक व कायदेशीर समतेचा आग्रह धरला.

२) सार्वजनिक जीवनातील स्त्रियांच्या हक्कांवर

उदारमतवादी स्त्रीवादाने खाजगी जीवनातील स्त्रियांच्या हक्कांपेक्षा सार्वजनिक

जीवनातील स्त्रियांच्या हक्कप्राप्तीवर भर दिला. सार्वजनिक जीवनात स्त्रियांना समान हक्क व संधी प्राप्त झाल्या की, त्या मुक्त होतील व पुरुषांच्या बरोबरीने आत्मविश्वासाने जगतील, असे उदारमतवादी स्त्रीवादाचे म्हणणे आहे. उदारमतवादी स्त्रीवादाचा पुरुषवर्गाच्या विवेकावर विश्वास आहे. पुरुषप्रधानतेला आव्हान देणे उदारमतवादी स्त्रीवादाला मान्य आहे, परंतु त्याविरुद्ध लढा त्यांना गरजेचा वाटत नाही. सामाजिक न्याय व विवेकावर आधारलेले कायदे, वैचारिक प्रबोधन याद्वारे स्त्री-पुरुषांमधील लैंगिक व सामाजिक विषमता नष्ट करता येईल. कायदेशीर सुधारणांवर या स्त्रीवादाने भर दिला.

३) व्यवस्था परिवर्तनापेक्षा, सुधारणेवर भर

उदारमतवादी स्त्रीवादाने स्त्रियांना कायदेशीर व राजकीय समता प्राप्त करून देणे हे ध्येय मानले. समान संधीद्वारे स्त्रिया आपला विकास करू शकतात; त्यासाठी भांडवलशाही व्यवस्था नष्ट करणे गरजेचे नाही. उदारमतवादी स्त्रीवादाने व्यवस्था परिवर्तनापेक्षा व्यवस्था सुधारणेवर भर दिला; म्हणूनच कायदेशीर सुधारणा, विवेकनिष्ठ युक्तिवाद व मर्यादित सार्वजनिक हस्तक्षेप याद्वारे उदारमतवादी स्त्रीवादाला स्त्रीवादाचा प्रवास अपेक्षित आहे. अन्यायकारक कायदे बदलले की स्त्रीमुक्ती झाली असे उदारमतवादी स्त्रीवादाचे म्हणणे आहे.

उदारमतवादी स्त्रीवादाने स्त्रियांचे व्यक्तिगत हक्क, राजकीय व नागरी हक्क, स्त्री-पुरुषांना समान संधी यावर भर देऊन सर्व प्रकारची विषमता नष्ट केली पाहिजे असे प्रतिपादन केले. स्त्रीकडे व्यक्ती म्हणून पाहण्याची गरज अधोरेखीत केली. स्त्री आणि पुरुषांमध्ये लिंगभेद नैसर्गिक असला तरी पुरुष आणि स्त्री घडवण्याची प्रक्रिया मात्र सांस्कृतिक व सामाजिक आहे. त्याचबरोबर लिंगभाव या संकल्पनेला सामाजिक शास्त्राच्या विचारविश्वात रुजवण्याची कामगिरी उदारमतवादी स्त्रीवादाने केली. लिंग व लिंगभावदृष्टी विषगता जीवनाच्या रार्व क्षेत्रांमध्ये आहे; म्हणून सर्वच क्षेत्रांमध्ये हस्ताक्षेपाची गरज असल्याचे प्रतिपादन 'उदारमतवादी स्त्रीवाद' करतो. उदारमतवादी स्त्रीवादाने स्त्रीला व्यक्तीभान देण्याचा प्रयत्न केला.

उदारमतवादी स्त्रीवादाने साहित्य, मानसशास्त्र, इतिहास इ. विविध ज्ञानशाखांच्या अभ्यासात आपला विशिष्ट ठसा उमटवला आहे. उदारमतवादी स्त्रीवादी स्त्री-पुरुष समानतेचा आग्रह धरत आहे. कार्यालये, सत्तास्थाने आणि नोकऱ्यांमध्ये स्त्रियांना वगळले जाता कामा नये आणि त्यांना समानता मिळाली तसेच लष्करातही त्यांना पुरुषांच्या बरोबरीने संधी मिळावी यावर त्यांचा भर असतो.

स्त्रिया वेगवेगळ्या प्रकारची कामे पुरुषांप्रमाणेच पार पाडू शकतात. परंतु त्यांच्यात

काही वेगळे किंवा विशेष बायकी गुण असतात हे उदारमतवाद्यांना मान्य नाही. परिस्थितीला अनुसरून युद्ध किंवा शांततेचे निर्णय स्त्रिया घेऊ शकतात. स्त्रियांच्या विचारांमध्ये किंवा निर्णयामध्ये कुठेही बायकी भूमिका आढळत नाही, असे उदारमतवादी स्त्रीवादी अभ्यासक दाखवून देतात. स्त्री सैनिकही पुरुषांइतक्याच समर्थ असतात ; पण बहुतेक वेळा स्त्रियांना लष्करातच समान दर्जा व स्थान मिळत नाही ; यावर उदारमतवादी टीका करतात. लष्करातही स्त्रियांना लढण्यासाठी पाठवले जात नाही ; तर त्यांना वैद्यकीय सेवा, नर्सिंग, टायपिंग यासारख्या पारंपरिक भूमिकाच दिल्या जातात. स्त्रिया व पुरुष यांच्यातील समानतेवर व सत्ताकेंद्रांमध्ये स्त्रियांना समानवाटा व समानसंधी मिळत नाही यावर उदारमतवादी स्त्रीवाद भर देतो.

मर्यादा

१) उदारमतवादी स्त्रीवादाने समाजाची वर्गीय रचना, स्त्री-पुरुषांमधील अर्थोत्पादनाचे संबंध यांची मीमांसा केली नाही.

२) पुरुषसत्ताक व्यवस्थेची सखोल व गंभीर समीक्षा केली नाही.

३) वर्ग, वर्ण, पुरुषसत्ता, वंश या यंत्रणांचा स्त्रियांच्या शोषणात मोठा वाटा असतो ; याकडे उदारमतवादी स्त्रीवाद दुर्लक्ष करतो.

४) उदारमतवादी स्त्रीवाद उच्च व मध्यमवर्गापुरताच मर्यादित राहिला ; त्यास अभिजनवादी स्वरूप प्राप्त झाले.

सारांश

उदारमतवादी स्त्रीवादाने स्त्रियांच्या स्वातंत्र्यावर व स्त्री-पुरुष समतेवर भर दिला. स्त्रीला विवेकी व्यक्ती मानले. समान संधी तत्त्वाचा स्वीकार केला. विवेकवाद व स्त्री-पुरुष औपचारिक समतेच्या संदर्भात उदारमतवादी स्त्रीवादाने महत्त्वपूर्ण भूमिका बजावली. उदारमतवादी स्त्रीवादाला काही मर्यादा होत्या, परंतु तरीदेखील त्याचे महत्त्व कमी होत नाही.

क) भारतीय स्त्रीवाद (Feminism in India : Caste, Patriarchy, Women's Representation)

१९७५ साल हे आंतरराष्ट्रीय महिला वर्ष म्हणून साजरे केले गेले आणि भारतामध्ये स्त्रीमुक्ती चळवळीचे पर्व सुरू झाले.

१) आरंभीचा स्त्रीवादी विचार स्त्रीशिक्षण, स्त्री-पुरुष समता, स्त्रीस्वातंत्र्य या अंगाने स्त्रियांच्या प्रश्नाला प्राधान्य देणाऱ्या चळवळी १९ व्या शतकापासूनच सुरू झाल्या होत्या. महात्मा फुले, न्या. रानडे, गोपाळ गणेश आगरकर, पंडिता रमाबाई

यांचे याविषयीचे कार्य फार मोलाचे आहे. या चळवळीने स्त्रीचा निममानवच्या (Sub-Human) दर्जा नाकारला व माणूस म्हणून तिच्याकडे पाहण्याची नवीन दृष्टी दिली. तिला व्यक्तीभान दिले आणि स्त्री-पुरुष समतेच्या मूल्यास अधिमान्यता मिळवून दिली. सार्वजनिक जीवनात पुरुषांच्या बरोबरीने प्रवेश मिळाला पण या सर्वांमागची मुख्य प्रेरणा ही व्यक्तिस्वातंत्र्य, समता, विवेकवाद आणि मानवतावादाची होती, ती स्त्रीच्या सर्वांगीण मुक्तीची नव्हती.

१) जात

जात आणि स्त्रिया यांच्या संबंधाचे विश्लेषण महात्मा फुले, डॉ. बाबासाहेब आंबेडकरांच्या संकल्पनांचा विस्तार गोपाळ गुरू, यशवंत सुमंत, शर्मिला रेगे, प्रतिमा परदेशी यांनी केला आहे. या अभ्यासकांनी जात आणि स्त्रिया यांचे शोषणाचे संबंध स्पष्ट केले आहेत.

भारतीय स्त्रीवादामध्ये जात हा एक विश्लेषणाचा घटक वापरला जातो. कुटुंबाच्या नंतर परिचय जातीचा होतो. समाज जातीव्यवस्थेवर आधारलेला आहे. जातिव्यवस्था ही एक समाजाची व्यवस्था आहे. जातिव्यवस्था म्हणजेच संरचना होय. या संरचनेमध्ये स्त्रियांचे स्थान दुय्यम आहे. प्रत्येक जातीनुसार स्त्रियांचे स्थान बदलत जाते.

जात या घटकाचा जन्माशी संबंध येतो. जन्म देणाऱ्या स्त्रिया जातीसंस्थेचे काम करत असतात. मूलाला जन्म देणे म्हणजे नवऱ्याचा वंश चालू ठेवला जातो; त्यामुळे स्त्रियांच्या जननक्षमतेवर जातीतील नवऱ्यांचे नियंत्रण असते. या अर्थाने जात ही स्त्रियांना वंश किंवा जात सुरक्षित ठेवण्याच्या कार्याला लावते; म्हणून जात ही आंतरजातीय विवाहाला बंदी घालते.

जातिव्यवस्थेची एक बाजू म्हणजे ती आपल्या समाजात जातीच्या अंतर्गत विवाह करण्याची प्रथा आहे. समाजाची विभागणी जातीच्या विविध गटांमधून केलेली आहे. या गटातील माणसे एकमेकांशी विवाहसंबंध जोडून या जातीतील 'शुद्धता' टिकवून ठेवतात. जातीचे गट एकमेकांपासून वेगळे नसतात. त्यांच्यामध्ये एक उतरंड किंवा पदसोपान असतो; यात ब्राम्हण आणि क्षत्रिय या वैश्य आणि नंतर अनेक प्रकारची परंपरागत कामे पार पाडणाऱ्या शूद्र जातीचा समावेश होतो. या पदसोपानाच्या खालच्या स्थानावर दलित जाती असतात. उच्च जातीची ज्ञान, संपत्ती व सभा यावर पकड असते. हे नियंत्रण तसेच राहावे म्हणून त्यांच्यामध्ये जातीच्या शुद्धतेचे महत्त्व सर्वांत जास्त असते. जात स्त्रियांवर लैंगिक नियंत्रण ठेवणारी, त्यांचे

दुय्यमत्व अधोरेखित करणारी, त्यांचे स्वातंत्र्य हिरावून घेणारी संरचना होती.

२) पितृसत्ताक व्यवस्था

भारतीय स्त्रीवादामध्ये पुरुषशाही किंवा पितृसत्ताक व्यवस्था हा सिद्धान्त मांडला गेला आहे. समाजाचा मूलभूत घटक कुटुंब असतो. या कुटुंबात पुरुष अथवा पिता हा सर्व अर्थाने प्रमुख असतो. कुटुंबाच्या इतर सदस्यांवर त्यांची सत्ता असते; म्हणजेच पुरुषाची सत्ता योग्य व उचित आहे, अशी अधिमान्यता समाज व धर्म या सामाजिक व्यवस्थांकडून दिली गेली आहे.

पुरुषाची अथवा पित्याची सत्ता आर्थिक पातळीवर प्रकट होते. उदा. शेतकरी कुटुंबामध्ये मुख्य आर्थिक साधन जमीन असते. त्या जमिनीचा मालक पुरुष असतो; त्याचा वारसदार त्याचा मुलगा असतो. अशा कुटुंबामध्ये सत्तेचा आधार जमिनीची मालकी हा असतो. पितृसत्ताक व्यवस्थेनुसार पित्याला स्त्रियांवर व मुलावर नियंत्रण ठेवता येते; एवढेच नव्हेतर उत्पादन साधन जमीन नसलेल्या कुटुंबामध्ये देखील पित्याचे नियंत्रण असते; त्यामुळे कुटुंबसंस्थेतील सामाजिक संबंध हे विषमतेवर आधारलेले असतात. या पद्धतीने कायदेमंडळ, न्यायमंडळ, कार्यकारी मंडळ, पोलीस अशा विविध राज्यसंस्थेच्या यंत्रणावर पुरुषांचे नियंत्रण असते. त्यास पितृसत्ताक व्यवस्था म्हटले जाते. पितृसत्ताक व्यवस्थेची वैशिष्ट्ये भारतीय स्त्रीवादाने मांडली आहेत.

१) भारतात पितृसत्ताक व्यवस्था ही पदसोपानात्मक पद्धतीची आहे.

२) भारतात पितृसत्ताक व्यवस्था म्हणजे एक शोषणाची संरचना आहे.

३) पितृसत्ताक व्यवस्था स्त्रियांचे शोषण करते.

४) पितृसत्ताक व्यवस्था कुटुंब, जात, वर्ण अशा पद्धतीने तिच्या सत्तेचा विस्तार करते.

५) पितृसत्ताक व्यवस्थेमध्ये सामाजिक, आर्थिक, राजकीय विचारप्रणाली आणि भावनिक अशा स्वरूपाच्या सामाजिक संबंधाचा व्यवहार घडत असतो. त्या व्यवहारात स्त्री शोषक असते. तिचे शोषण पितृसत्ताक व्यवस्था करते.

३) महिला प्रतिनिधित्व

पुरुषप्रधान समाजात विकास प्रक्रियेमुळे पुरुषाची सत्ता, सन्मान आणि सुखसुविधा यात पर्याप्त प्रमाणात वाढ होते. मात्र, स्त्रियांच्या स्थितीत कोणतीही उल्लेखनीय सुधारणा होत नाही. स्त्रीवादाचे समर्थक आपणास याचे स्मरण करून देतात की,

जेव्हा विकसित देशात एवढी सुख-समृद्धी आणि प्रगतीच्या संधी उपलब्ध होऊन देखील स्त्रियांना संधी मिळत नाहीत. त्यांना सहभागापासून वगळले जाते. विकसनशील देशात विकासाची प्रक्रिया स्त्रियांच्या उत्कर्षास चालना देत नाही भारतामध्ये तर स्त्रियांना सर्व क्षेत्रातून वगळले जाते.

विकसनशील देशात इतकी बिकट परिस्थिती आहे की, स्त्रियांना विकासाच्या संधी तर दूर, त्यांना समान कामासाठी समान वेतनदेखील दिले जात नाही. स्त्रियांच्या वाट्याला येणारे दुय्यमत्व हे तेथील प्रचलित रूढी व संस्कारांचाच एक भाग मानला जातो. या गोष्टींमुळे भारतात स्त्रियांना सहभाग घेता येत नाही.

ज्या स्त्रीचे संपूर्ण आयुष्य 'चूल आणि मूल' यातच व्यतीत होत असेल. आता ती पुरुषाच्या बरोबरीने सामाजिक जबाबदाऱ्या पार पाडत आहेत. जिथे जिथे विकासामुळे या दिशेने प्रगती झाली आहे. तिथे स्त्रीवादी दृष्टिकोन त्यास यथार्थ मानतो. त्याचबरोबर सार्वजनिक जीवनात स्त्रियांचा सहभागदेखील वाढला आहे. यासाठी भारतात सरकारने सक्षमीकरण धोरण स्वीकारले आहे.

उदा. भारतात पंचायत राज्य संस्थात स्त्रियांना ५० टक्के जागा राखीव ठेवल्यामुळे स्त्रियांना घराबाहेर पडून सार्वजनिक जीवनात प्रवेश करण्याचा आणि अर्थपूर्ण सहभागाची संधी मिळाली आहे. टप्प्या टप्प्याने विधानसभा आणि संसदेत स्त्री-पुरुषांमध्ये ५०-५० टक्के भागीदाराचे उद्दिष्ट गाठता येऊ शकते. स्त्रीवादी दृष्टिकोनाच्या मते, स्त्रिया संपूर्ण समाजास निरोगी विकासाची दिशा देतात. स्त्रिया आपल्या गरजांची पूर्तता करण्यासाठी शारीरिक श्रमावर श्रद्धा ठेवतात. स्त्रीवादी दृष्टिकोन विकासाच्या ज्या प्रवाहाकडे आपले लक्ष वेधतो तो महत्त्वपूर्ण आहे. तो स्त्री-गुणांना विकास प्रक्रियेसाठी हितकारक मानतो; ते देखील बरोबर आहे.

भारतामध्ये राजकीय क्षेत्रामध्ये महिला प्रतिनिधित्व अत्यल्प आहे. लोकसभा या पातळीवर महिला प्रतिनिधित्वाचे प्रमाण पाहिले तरीदेखील हे स्पष्टपणे दिसते. ५० टक्के महिला मतदार असतानादेखील महिलांना त्यांच्या लोकसंख्येच्या प्रमाणामध्ये लोकसभा व विधानसभा पातळीवर प्रतिनिधित्व मिळत नाही. १९५२ ते २०१४ या काळात लोकसभेच्या १६ सार्वत्रिक निवडणुका झाल्या. त्यामध्ये एकूण सदस्य ८५३१ लोकसभेमध्ये निवडून गेले. ८५३१ सदस्यांपैकी केवळ ५८१ महिला सदस्य निवडून आल्या आहेत; तर ७९५० पुरुष सदस्य निवडून आले आहेत. महिलांचे लोकसभेतील प्रतिनिधित्व केवळ ६.८१ टक्के एवढे मर्यादित आहे. लोकसभा पातळीवर भारतामध्ये महिला प्रतिनिधित्व मर्यादित आहे; त्यांचे राजकीय समावेशन झालेले दिसत नाही.

तक्ता क्र. ८.१

लोकसभा निवडणुकीतील महिला प्रतिनिधित्व

निवडणूक वर्ष	महिला सदस्य	एकूण सदस्यसंख्या	टक्केवारी
१९५२	२२	४८९	४.४
१९५७	२७	४९४	५.४
१९६२	३४	४९४	६.७
१९६७	३१	५२०	५.९
१९७१	२३	५४२	४.२
१९७७	१९	५४२	३.४
१९८०	२८	५४३	५.१
१९८४	४४	५४३	८.१
१९८९	२८	५४३	५.३
१९९१	३६	५४३	७.१
१९९६	३४	५४३	६.३
१९९८	४३	५४३	७.९४
१९९९	४९	५४३	९.०२
२००४	४५	५४३	८.२८
२००९	५९	५४३	१०.८६
२०१४	६१	५४३	६.८१
एकूण	**५८३**	**८५११**	**१०४.८१**

भारतीय राज्यघटनेने महिलांना पुरुषांप्रमाणे समान राजकीय हक्क दिलेले आहेत. परंतु प्रत्यक्षात व्यवहार तपासला म्हणजेच वरील तक्त्यांतील आकडेवारीवरून असे म्हणता येते की, भारतामध्ये महिला प्रतिनिधित्व सरासरी १० टक्क्यांपेक्षा खाली राहिले आहे. ९० टक्के पुरुष प्रतिनिधित्व आहे; ही विषमता आहे. समान प्रतिनिधित्वाचा हक्क महिलांना मिळालेला दिसत नाही.

तक्ता क्र. ८.२

महाराष्ट्र विधानसभेतील निवडणुकीतील महिला प्रतिनिधित्व

निवडणूक वर्ष	महिला सदस्य	एकणू सदस्यसंख्या	टक्केवारी
१९६२	१३	२६४	४.९२
१९६७	०९	२७०	३.३३
१९७२	००	२७०	००
१९७८	०८	२८८	२.७७
१९८०	१९	२८८	६.५९
१९८५	१६	२८८	५.५५
१९९०	०६	२८८	२.०८
१९९५	११	२८८	३.८१
१९९९	१२	२८८	४.१६
२००४	१२	२८८	४.१६
२००९	११	२८८	३.८१
२०१४	२०	२८८	६.९४
एकूण	**१३७**	**३३९६**	**४८.१२**

भारतातील महाराष्ट्र हे पुरोगामी, उदारमतवादी राज्य आहे. परंतु त्याच्या स्थापनेपासून ते आजपर्यंत महाराष्ट्र विधानसभेमध्ये महिला प्रतिनिधित्व तपासले तर असे दिसते की, महिलांचे प्रतिनिधित्व विधानसभा पातळीवरदेखील लोकसभेप्रमाणे मर्यादित झालेले दिसते. विधानसभा पातळीवरतीदेखील महिलांचे राजकीय प्रतिनिधित्व मर्यादित झालेले दिसते.

लोकसभा व विधानसभा पातळीवर महिलांचे राजकीय प्रतिनिधित्व मर्यादित राहिले आहे. परंतु स्थानिक स्वराज्यसंस्था पातळीवर महिलांचे राजकीय प्रतिनिधित्व ५० टक्के आहे. ७३ व ७४ व्या घटनादुरुस्तीने महिलांना सुरुवातीला स्थानिक स्वराज्य संस्थांमध्ये ३० टक्के, त्यानंतर ३३ टक्के व आता ५० टक्के आरक्षण कायद्यानुसार मिळाले. त्यामुळे स्थानिक स्वराज्यसंस्था पातळीवरील महिलांचे प्रतिनिधित्व कायद्यानुसार

५० टक्के झाले आहे; म्हणजेच पुरुषांएवढे झाले आहे. स्थानिक स्वराज्य संस्था पातळीवर महिलांचे प्रतिनिधित्व त्याच्या लोकसंख्येनुसार आहे. मथितार्थ, कायद्याने महिला प्रतिनिधित्व मिळत आहे. परंतु लोकसभा, विधानसभा पातळीवर महिलांना आरक्षण नसल्याने महिलांचे प्रतिनिधित्व अत्यल्प आहे. लोकसभा, विधानसभा पातळीवर महिलांसाठी कायद्यानुसार आरक्षणाची तरतूद केली तरच हे प्रतिनिधित्व वाढणार आहे. स्थानिक स्वराज्य संस्था पातळीवर कायद्यामुळे महिला प्रतिनिधित्व वाढले परंतु कायद्याअभावी लोकसभा व विधानसभा पातळीवर महिला प्रतिनिधित्व मर्यादित राहिले आहे. महिलांचे राजकीय समावेशन होत नाही. त्यांना त्यांच्या न्याय हक्कांपासून बहिष्कृत केले जात आहे. अशा प्रकारे महिला प्रतिनिधित्व ही संकल्पना स्पष्ट करता येते.

सराव प्रश्न :
१) स्त्रीवादाचा अर्थ स्पष्ट करा.
२) स्त्रीवादाचे स्वरूप सांगा.
३) उदारमतवादी स्त्रीवाद स्पष्ट करा.
४) भारतातील स्त्रीवाद लिहा.
५) जात, पितृसत्ताक व्यवस्था व महिला प्रतिनिधित्व या संकल्पना स्पष्ट करा.

पारिभाषिक शब्दावली

Ideology	-	विचारप्रणाली
Rise	-	उदय
Nationalism	-	राष्ट्रवाद
Elements	-	घटक
Progressive	-	प्रागतिक
Reactionary	-	प्रतिगामी
Internationalism	-	आंतरराष्ट्रवाद
Democratic Socialism	-	लोकशाही समाजवाद
Features	-	वैशिष्ट्ये
Achievements	-	यश किंवा प्राप्ती
Limitations	-	मर्यादा
Febianism	-	फेबियन समाजवाद
Syndicalism	-	श्रमिक संघ समाजवाद
Guild Socialism	-	व्यवसाय संघ समाजवाद
Fascism	-	फॅसिझम
Rise	-	उदय
Corporate State	-	महामंडळात्मक राज्य
Marxism	-	मार्क्सवाद
Marxian State	-	मार्क्सवादी राज्य
Historical Materialism	-	ऐतिहासिक भौतिकवाद
Surplus Value	-	अतिरिक्त मूल्य
Phule-Ambedkararism	-	फुले-आंबेडकरवाद

Equality	-	समता
Religion	-	धर्म
Democracy	-	लोकशाही
Gandhism	-	गांधीवाद
Truth	-	सत्य
Non-Violence	-	अहिंसा
Feminism	-	स्त्रीवाद
Liberal Feminism	-	उदारमतवादी स्त्रीवाद
Caste	-	जात
Patriarchy	-	पितृसत्ताक व्यवस्था
Women's Representation	-	महिलांचे प्रतिनिधित्व

संदर्भसूची

१) पळशीकर सुहास, १९९१, डॉ. आंबेडकर यांचे विचार, प्रबोधन प्रकाशन, इचलकरंजी.

२) व्होरा राजेंद्र व सुहास पळशीकर (संपादक), १९८७, राजशास्त्र कोश, दास्ताने प्रकाशन, पुणे.

३) पाटणकर भारत, १९९१, महात्मा फुले आणि सांस्कृतिक संघर्ष, लोकवाङ्मय गृह, मुंबई.

४) साळुंखे आ.ह., २००६, महात्मा फुले आणि धर्म, लोकवाङ्मय गृह, मुंबई.

५) ऑम्व्हेट गेल, १९९०, जोतीबा फुले आणि स्त्री-मुक्तीचा विचार, लोकवाङ्मय गृह, मुंबई.

६) कारखानीस सरला, १९९७, कार्ल मार्क्स, लोकवाङ्मय गृह, मुंबई.

७) सुमंत यशवंत, २०१२, स्त्रीवादाची ओळख, प्रगत अध्ययन केंद्र, राज्यशास्त्र व लोकप्रशासन विभाग, पुणे विद्यापीठ, पुणे.

८) भोळे भा.ल., १९९९, विसावे शतक आणि भारतातील समताविचार, डॉ. बाबासाहेब आंबेडकर अकादमी, सातारा

९) नागोराव कुंभार(संपा.), १९९५, विचारशलाका (महात्मा गांधी विशेषांक), सामाजिक शास्त्र संशोधन व समाज विकास प्रतिष्ठान, लातूर.

१०) व्होरा राजेंद्र, १९८४, विचारप्रणाली, परामर्श, खंड-५.

११) पवार प्रकाश (संपा.), २०१२, समकालीन राज्यशास्त्र, डायमंड पब्लिकेशन्स, पुणे.

१२) कुलकर्णी विनायक, १९९७, समता समाजवादाचे सर्वश्रेष्ठ मूल्य, लिमये, पुणे.

१३) कुलकर्णी अ.ना., १९९७, आधुनिक राजकीय विचारप्रणाली, विद्या प्रकाशन, नागपूर.

१४) पवार वैशाली, २०१२, महिलांच्या सत्तासंघर्षाचा आलेख, डायमंड पब्लिकेशन्स, पुणे.

१५) पवार वैशाली, २०१४, महिला प्रतिनिधित्वाचे वास्तव रूप, परिवर्तनाचा वाटसरू (१६ ते ३० नोव्हेंबर २०१४), पुणे.

16) Mishra Anil, 2012, Reading Gandhi, Person, New Delhi.

17) Kymlicka Will, 2002, Contemporary Political Philosophy : An Introduction, Oxford University Press, NewYork.

18) Adams Ian, 2001, Political Ideology Today (Second Edition), Manchester University Press, Manchester.

19) Vincent Geognegan, Eccleshall Robert, Richard Jay, Michael, Kenny, Jain Mackenzie, and Rick Willford, 1994, Political Ideologies (Second Edition), Routledge, London.

20) Heywood Andrew, 2012, Political Ideologies, An Introduction (5th Edition), Palgrave MachMilan, London.

21) Deshpande Rajeshwari, 2009, How did Women Vote in LokSabha Election 2009? EPW, 26 Sept. 2009, PP. 83-87.

22) Deshpande Rajeshwari, 2004, How Gendered was Women's Participation in Election 2004? EPW, 18 December 2004, PP. 5431-5436.

23) Chandra Bipan, 2005, Ideology and Politics in Modern India, Har-Anand Pub., New Delhi.

24) Vincent Andrew, 2010, Modern Political Ideologies (Third Edition), Blackwell Pub., UK.

www.ingramcontent.com/pod-product-compliance
Lightning Source LLC
Chambersburg PA
CBHW070558180626
46817CB00005B/1894
9788184836233